ജയിക്കണം എനിക്ക്

ദുർഗ മനോജ്

ആറ്റിങ്ങൽ സ്വദേശിനി. മനഃശാസ്ത്രത്തിൽ ബിരുദാനന്തര ബിരുദം. ഉള്ളൂർ സർവ്വീസ് സഹകരണ ബാങ്കിന്റെ സെക്രട്ടറി ഇൻ ചാർജ് ആയി പ്രവർത്തിച്ചു. പ്രചോദനാത്മക പുസ്തകങ്ങളായ വിജയം നിങ്ങളുടേതാണ്, ജയിക്കണം എനിക്ക്, ആകാശത്തിനും ഉയരെ, വാത്മീകി രാമായണം: ആദികാവ്യത്തിന്റെ സംക്ഷിപ്ത ഗദ്യപരിഭാഷ, ബാലസാഹിത്യ നോവലുകളായ കുഞ്ഞനിലയും ആൽമരവും, ഉത്തരധ്രുവത്തിൽ നിന്നൊരു കുഞ്ഞു മേഘം, സ്നേഹക്കൂട്ട് എന്നിവയാണ് പ്രസിദ്ധീകരിച്ച കൃതികൾ. ഇന്നലെകളില്ലാതെ എന്ന ഹ്രസ്വചിത്രത്തിനായി കഥയും തിരക്കഥയും സംഭാഷണവും എഴുതി.

ഭർത്താവ്: മനോജ് എം. പി.
മക്കൾ: ശിവാനി എം., ഹരി നാരായണൻ എം.

വിലാസം:
ജാനകി വില്ല, പാലസ് റോഡ്
ആറ്റിങ്ങൽ 695101
durga_atl@yahoo.com

ദുർഗ മനോജ്

ജയിക്കണം എനിക്ക്

മാക്സ് ബുക്സ്
കോട്ടയം
2023

വില: **200** രൂപ

Jayikkanam Enikku
by Durga Manoj
Self Help/ Motivation
Malayalam Language

Publishers & Distributors:-
Max books
Maxlive Media Solutions Pvt Ltd
Kottayam-4
Kerala State, India
maxlivemediasolutions@gmail.com
+91 90 740 987 76

Printed in India
at Penta Offset, Kottayam

Edition:
First Editon March 2021
Second Edition January 2023

Price Rs. 200/-

ISBN: 978-81-950097-3-2

നിങ്ങളുടെ ഇന്നത്തെ അവസ്ഥയെ പരിപൂർണമായി നശിപ്പിച്ചാലല്ലാതെ ഇതിനെക്കാൾ മഹത്തായ ഒന്ന് അനുഭവിക്കാൻ നിങ്ങൾ തയാറാവുകയില്ല. നിങ്ങളെ ബന്ധിച്ചിരിക്കുന്ന ചങ്ങലകളെല്ലാം മുറിച്ചു മാറ്റിയാൽ മാത്രമേ പരിധികളില്ലാത്തതിന്റെ രുചി ആസ്വദിക്കാനാവൂ. നിങ്ങളുടെ അഹങ്കാരത്തെ തുടർച്ചയായി അരിഞ്ഞുകളഞ്ഞാൽ മാത്രമേ ചില ഉയരങ്ങൾ എത്തിപ്പിടിക്കാൻ നിങ്ങൾക്കു കഴിയുകയുള്ളൂ. അത്തരം ഉന്നത അനുഭവങ്ങളിലേക്ക് ആനയിക്കാൻ നിങ്ങളിലെ ചില അടിസ്ഥാനവൈകല്യങ്ങളെ ഇല്ലാതാക്കാൻ സഹായിക്കുന്ന സുഹൃത്താണ്, ഗുരു.

ഉള്ളടക്കം

ആമുഖം

വിടരുന്ന പൂക്കളോട്...

വിജയിക്കണം എനിക്ക്, എന്നാണ് ഓരോരുത്തരുടെയും ആഗ്രഹം. എന്നാൽ പലപ്പോഴും, പലവിധ കാരണങ്ങളാൽ ഇത് നടക്കുന്നില്ല. അതിനൊക്കെയും വിവിധങ്ങളായ ന്യായങ്ങൾ പലർക്കും ഉണ്ടാവും, പ്രത്യേകിച്ച് കുട്ടികൾക്ക്. അതല്ല, ചോദ്യം ചെയ്യലുകൾക്ക് മുന്നിൽ കൗമാരക്കാർ മൗനികളായി മുഖം കുനിച്ച് നിൽക്കുന്നത് കാണാം, മറ്റു ചിലർക്ക് ഇതൊന്നും തങ്ങളെ ബാധിക്കുന്നതേയല്ലെന്ന ഭാവവും കാണാം. ഇതാണ് പ്രതിസന്ധി. തീർച്ചയായും രക്ഷിതാക്കളും കുട്ടികളും തിരിച്ചറിയണം, വിദ്യാഭ്യാസമാണ് മനുഷ്യജീവിതത്തിലെ ഏറ്റവും നിർണായകമെന്ന്.

എല്ലാ സംസ്ക്കാരവും ഏറ്റവും കൂടുതൽ പ്രാധാന്യം കൽപ്പിച്ചിരുന്നത് വിദ്യാഭ്യാസത്തിനാണെന്നു ചരിത്രം പരിശോധിച്ചാലും കാണാം. ഇവിടെ ചരിത്രപരമായ സമീപനങ്ങളെ നമുക്ക് മാറ്റി നിർത്താം. എങ്ങനെ പഠിക്കണമെന്ന് നമ്മുടെ കുട്ടികൾക്കോ രക്ഷിതാക്കൾക്ക് ശരിയായ വിധത്തിൽ തിരിച്ചറിയുന്നില്ല എന്നിടത്താണ് നമ്മുടെ പരാജയം ആരംഭിക്കുന്നത്. വിദ്യാഭ്യാസ വിചക്ഷണർ ഇതിനായി നിരവധി മാർഗ്ഗങ്ങൾ സൃഷ്ടിച്ചിട്ടുണ്ട്. എന്നാൽ അതിൽ പലതും വിദ്യാർത്ഥികളിലേക്ക് എത്തുന്നതേയില്ല. അതൊരു വീഴ്ചയായി കാണേണ്ടതില്ല, മറിച്ച് വിദ്യയും അത് സ്വീകരിക്കുന്നതും തമ്മിലുള്ള അന്തരം കുറയ്ക്കുകയാണ് വേണ്ടത്. അത്തരമൊരു ചിന്തയാണ് ഈ പുസ്തക രചനയ്ക്ക് പിന്നിലുണ്ടായിരുന്നത്.

ജയിക്കണം എനിക്ക്

ഒട്ടനവധി കുട്ടികളുമായി ഈ പുസ്തകരചനയ്ക്ക് വേണ്ടി സംസാരിച്ചു, ലോകത്തിലെ വിജയിക്കപ്പെട്ട വിദ്യാഭ്യാസ സമ്പ്രദായങ്ങളെ നിരീക്ഷിച്ചു, അതിൽ നിന്നും പരുവപ്പെടുത്തിയെടുത്തതും പരീക്ഷിച്ചു വിജയിച്ചതുമായി ചില കാര്യങ്ങളാണ് ഇവിടെ പരാമർശിക്കപ്പെടുന്നത്.

വിജയിക്കാനായി തീർച്ചപ്പെടുത്തിയാൽ ആദ്യം തീരുമാനിക്കേണ്ടത്, പരാജയപ്പെടാനുള്ള ചില്ലകൾ വെട്ടിമാറ്റുകയെന്നതാണ്. അതായത്, അത്തരം സാഹചര്യങ്ങളെ ഒഴിവാക്കുകയെന്നതാണ്. അതോടെ വിജയത്തിലേക്കുള്ള പകുതിയും നിങ്ങൾ പിന്നിടുകയായി. തുടർന്നു വരുന്ന പകുതിയിലേക്കുള്ള കാര്യങ്ങളാണ് ഈ പുസ്തകത്തിൽ വിവരിക്കാൻ ശ്രമിക്കുന്നത്. സമയം, സന്ദർഭം എന്നിവയാണ് നമ്മുടെ കൈപ്പിടിയിലൊതുങ്ങാത്തത്. അതുകൊണ്ടു തന്നെ അവയെ നമുക്ക് അനുകൂലമാക്കി മാറ്റാൻ ശ്രമിക്കണമെന്നാണ് ആദ്യമേ പറയുന്നത്. കൃത്യമായ ആസൂത്രണവും നിശ്ചയദാർഢ്യവുമുണ്ടെങ്കിൽ ഏതൊരാൾക്കും വിജയത്തിന്റെ മേലങ്കി അണിയാനാവും. അത് പഠനകാര്യത്തിൽ പ്രത്യേകിച്ചും. ഇവിടെ ഊന്നിപ്പറയാൻ ശ്രമിക്കുന്ന ഒരു കാര്യം, കഠിനാധ്വാനമല്ല വിജയത്തിനു പിന്നിലെന്നാണ്. അധ്വാനം വേണം, പക്ഷേ അതു കഠിനമാകേണ്ടതില്ല. അത്തരം രീതികളൊന്നും വിദ്യാഭ്യാസ സമ്പ്രദായത്തിൽ ആവിഷ്ക്കരിച്ചിട്ടുമില്ല. ഈ ധാരണകളെ മാറ്റിക്കൊണ്ടു വേണം ഈ പുസ്തകത്തിലേക്ക് പ്രവേശിക്കാനും.

പ്രധാനമായും ഇത് വിദ്യാഭ്യാസ വിജയത്തെ മുന്നിൽ കണ്ടുകൊണ്ട് എഴുതിയാണ്. ഇതിനായി അവതരിപ്പിക്കുന്ന കാര്യങ്ങൾ പൂർണ്ണമായും ആസ്വദിച്ച് ചെയ്യുവാൻ ശ്രമിക്കുക. എല്ലാവർക്കും വിജയാശംസകൾ നേരുന്നു.

ദുർഗ മനോജ്

1
വിജയിക്കാൻ വേണ്ടത്

വിദ്യാഭ്യാസത്തെക്കുറിച്ച് വിദ്യാർത്ഥികൾക്ക് ഒട്ടേറെ സംശയങ്ങളുണ്ടാകാറുണ്ട്. വിദ്യാഭ്യാസത്തിന്റെ അർത്ഥമെന്താണ്? അത് എന്തിനു വേണ്ടിയാണ്? അത് എപ്പോഴാണ് നേടേണ്ടത്? എവിടെ നിന്നൊക്കെ വിദ്യാഭ്യാസം നേടാം? ഒപ്പം, ആരിൽ നിന്നാണു വിദ്യ അഭ്യസിക്കേണ്ടത്? ഇത്രയും ചോദ്യങ്ങൾ സ്ക്കൂളിലേക്കോ കോളേജിലേക്കോ, അതുമല്ലെങ്കിൽ പുതിയൊരു കോഴ്സിനു പോകും മുൻപോ ഒരു വട്ടം നാം സ്വയം ചോദിച്ചിട്ടുണ്ടോ? അല്ലെങ്കിൽ, മുതിർന്നവരോടു ചോദിച്ചിട്ടുണ്ടോ? ഇല്ലെങ്കിൽ, നാം നമ്മുടെ ജീവിതത്തിലെ വളരെ പ്രാധാന്യമേറിയ കാര്യത്തെ വേണ്ട വിധം മനസിലാക്കിയിട്ടില്ല എന്നാണർത്ഥം.

ആദ്യം ചോദിച്ച അഞ്ചു ചോദ്യങ്ങളും ഒന്നൊന്നായി പരിശോധിക്കുമ്പോൾ വിദ്യാഭ്യാസത്തിന്റെ ആവശ്യകതയും, അത് വിജയകരമായി പൂർത്തിയാക്കേണ്ടതിന്റെ പ്രാധാന്യവും നമുക്കു മനസിലാകും.

ആദ്യത്തെ ചോദ്യമെടുക്കാം.

എന്താണു വിദ്യാഭ്യാസം?

വിദ്യാഭ്യാസം എന്ന വാക്കിന്റെ നിഘണ്ടുവിലെ അർത്ഥമോ നെടുനീളൻ നിർവചനമോ അല്ല നമുക്കു വേണ്ടത്. ലളിതമായി ഇതെന്താണെന്ന് മനസിലാക്കാം. ഒരു വ്യക്തിയിൽ ജന്മനായുള്ള കഴിവുകളെ തേച്ചുമിനുക്കി, പോരായ്മകൾ പരിഹരിച്ച്, ഒരു പരിഷ്കൃത സമൂഹത്തിനു യോജിച്ച വിധത്തിൽ രൂപപ്പെടുത്തുകയെന്നതാണ് വിദ്യാഭ്യാസം കൊണ്ട് അർത്ഥമാക്കുന്നത്. കൂടാതെ, രാജ്യത്തിനും ലോകത്തിനും ഉപകാരപ്പെടും വിധം ജീവിക്കുവാൻ പഠിപ്പിക്കുക.

ജയിക്കണം എനിക്ക്

വിദ്യാഭ്യാസത്തിലൂടെയാണ് നാം പുതിയ അറിവുകൾ നേടുന്നത്. അതു ഭാഷയാകാം, ഗണിതമാകാം, ശാസ്ത്രമാകാം, സാമൂഹികമാകാം, രാഷ്ട്രതന്ത്രമോ വിവിധ കലകളോ ആകാം. ഓരോ വ്യക്തിയുടെയും അഭിരുചിക്കനുസരിച്ചാണ് എന്താണു പഠിക്കേണ്ടതെന്നു തിരഞ്ഞെടുക്കുക.

ഒരു കുഞ്ഞു ജനിക്കുമ്പോൾ അതിൽ കുറേ അറിവുകൾ ജനിതകമായി ഉണ്ടായിരിക്കും. വിശക്കുമ്പോൾ ഭക്ഷണം വേണമെന്നും അമ്മയുടെ ശ്രദ്ധ ആകർഷിക്കാൻ കരച്ചിലിനാവുമെന്നും പാൽ ലഭിക്കുമെന്നും ആരെങ്കിലും കുഞ്ഞിനെ പഠിപ്പിക്കുന്നുണ്ടോ? മുതിർന്നു തുടങ്ങിയാൽ അപരിചിതർ എടുക്കാൻ ചെന്നാലും കുഞ്ഞ് കരയും. അമ്മയുടെ അടുത്തേക്ക് കൂടുതൽ ചേർന്നു കിടക്കും. അതുപോലെ ധാരാളമറിവുകൾ ജനിതകമായി തന്നെ ഓരോരുത്തരിലുമുണ്ടാകും. കുറച്ചു മുതിരുമ്പോൾ പറയാറില്ലേ കുഞ്ഞിനു പാട്ടു വളരെ ഇഷ്ടമാണ്. അതല്ലെങ്കിൽ, റിമോട്ട് കൺട്രോൾ കാറിനെ എത്ര ഭംഗിയായിട്ടാണ് കുട്ടി നിയന്ത്രിക്കുന്നത് എന്നൊക്കെ. അപ്പോൾ, കുഞ്ഞിന്റെ ഇഷ്ടാനിഷ്ടങ്ങൾ വെളിപ്പെടുകയാണ്. രണ്ടര മൂന്നു വയസു മുതൽ കുഞ്ഞു സാമൂഹികമായി ഇടപെടാൻ പഠിച്ചു തുടങ്ങുകയാണ്. കിന്റർഗാർട്ടൻ, ആങ്കൻവാടി, പ്രീ-സ്ക്കൂൾ അങ്ങനെ ഏതെങ്കിലുമൊരിടത്തേക്കു കുഞ്ഞു കടന്നുവരികയാണ്. വിദ്യാഭ്യാസ പ്രക്രിയയുടെ ഔപചാരിക ആരംഭമെന്നും പറയാം ഈ ഘട്ടത്തെ. അവിടം മുതൽ കുഞ്ഞ്, അച്ഛൻ, അമ്മ, വീട് എന്ന ലോകത്തിനു പുറത്തേക്കു കടക്കുകയാണ്. ഇവിടെ നിന്നുള്ള ഓരോ ചെറിയ കാര്യവും കുഞ്ഞിന്റെ മുന്നോട്ടുള്ള ജീവിതത്തിലെ പ്രധാന്യമേറിയ അറിവുകളാണ്. വലുതാകുന്നതനുസരിച്ചു പഠനകാര്യങ്ങളിൽ വ്യത്യാസം സംഭവിക്കുന്നുവെന്നു മാത്രം.

ഇനി, എന്തിനു വേണ്ടിയാണു വിദ്യ അഭ്യസിക്കേണ്ടത് എന്നു നോക്കാം. അറിവു വർദ്ധിപ്പിക്കുവാനെന്ന് ലളിതമായി പറയാമെങ്കിലും, വിദ്യാസത്തിന്റെ സാധ്യത അതിലുമെത്രയോ ഉയരത്തിലാണ്. അറിവു വർദ്ധിക്കുമ്പോൾ ജീവിതത്തിൽ നേരിടേണ്ടി വരുന്ന പ്രയാസങ്ങളെ മറികടക്കുവാൻ സാധിക്കും. കൂടാതെ പല പ്രശ്നങ്ങളേയും മുൻകൂട്ടി കാണുവാനും മുൻകരുതലെടുക്കുവാനും സാധിക്കും. സ്വന്തം ജീവിതത്തിലോ, ചുറ്റുമുള്ളവരോ അനുഭവിക്കുന്ന അനീതികൾക്കെതിരെ പ്രതികരിക്കുവാനുള്ള കരുത്തു

ലഭിക്കും. ഇനി കുടുംബ ജീവിതത്തിലാണെങ്കിൽ കാര്യങ്ങളെ അവധാനതയോടെ സമീപിക്കുവാനും, സംഘർഷങ്ങളിൽപ്പെട്ടു പോകാതിരിക്കുവാനും സഹായിക്കും. അതിനൊക്കെ ഉപരിയായി മികച്ച ജോലിയും, സാമ്പത്തിക ഭദ്രതയും ഉണ്ടാക്കുവാനും അറിവ് നേടുന്നതിലൂടെ സാധിക്കും.

ഉദാഹരണത്തിന്, അമേരിക്കയിലെ പ്രസിദ്ധനായ വാഗ്മിയും എഴുത്തുകാരനും രാഷ്ട്രീയ നേതാവുമായിരുന്ന ഫ്രെഡറിക് ഡഗ്ലസ്, തന്റെ അടിമ ജീവിതം അവസാനിപ്പിച്ച് പൊതുജീവിതത്തിലേക്ക് കടന്നു വന്നത് ഏറ്റവും പ്രതികൂല സാഹചര്യത്തിലും പഠിക്കുവാനുള്ള അഭിവാഞ്ഛയൊന്നു കൊണ്ടു മാത്രമായിരുന്നു. ചെറിയ കുട്ടിയായിരിക്കുമ്പോൾ തന്നെ അമ്മയും അമ്മുമ്മയും ഉപേക്ഷിച്ച ആ ബാലൻ, അന്നത്തെ സാമൂഹിക വ്യവസ്ഥ പ്രകാരം അടിമയായി മാറുകയായിരുന്നു. അവനു മുന്നിൽ വിദ്യാഭ്യാസം കൊട്ടിയടയ്ക്കപ്പെട്ടു. എന്നിട്ടും ആ ബാലനിലെ വിദ്യ നേടുവാനുള്ള ആഗ്രഹം അവസാനിച്ചില്ല. അവൻ അക്ഷരം പഠിച്ചു, ഭക്ഷണം കൂലി നൽകി മറ്റ് കുട്ടികളിൽ നിന്നും വായിക്കാനുമെഴുതാനും പഠിച്ചു, പിന്നെയവൻ നിരന്തരം വായിച്ചു, അടിമകൾ അനുഭവിക്കുന്ന യാതനകളെക്കുറിച്ച്, അവരുടെ നേർക്ക് നിരന്തരം ലംഘിക്കപ്പെടുന്ന അവകാശങ്ങളെക്കുറിച്ച്. അങ്ങനെ, സ്വന്തം അവകാശങ്ങളെക്കുറിച്ച് ബോധവാനാകുകയും മറ്റുള്ളവരെ ഉയർത്തിക്കൊണ്ട് വരുവാനായി പ്രഭാഷണങ്ങൾ ചെയ്തു തുടങ്ങി. പലയിടത്തുനിന്നും ആട്ടിയോടിക്കപ്പെട്ടു. അന്നത്തെ അമേരിക്കൻ പ്രസിഡന്റ് എബ്രഹാം ലിങ്കണെ കറുത്ത വർഗക്കാരും സ്ത്രീകളുമനുഭവിക്കുന്ന യാതനകളെ ബോധ്യപ്പെടുത്തി. സ്വന്തം ജീവിതം തന്നെ അവർക്കായ് ഉഴിഞ്ഞുവെച്ച ജീവിതം. അതാണ് ഫ്രെഡറിക് ഡഗ്ലസ്. അതും സ്വന്തം പരിശ്രമത്താൽ നേടിയ അറിവുകൊണ്ടു കരഗതമാക്കിയത്.

വിദ്യാഭ്യാസം കൊണ്ടു മാത്രമേ അജ്ഞാനത്താലുള്ള അന്ധകാരം മായ്ക്കാൻ സാധിക്കൂ. മറ്റൊന്നിനുമതു സാധിക്കുകയുമില്ല.

ഇനി, അടുത്ത ചോദ്യമിതാണ്.

എപ്പോഴാണു വിദ്യാഭ്യാസം നേടേണ്ടത്?

ഏതു പ്രായത്തിലുമെന്നൊരു ഉത്തരം മുന്നിലുണ്ടെങ്കിലും, കുഞ്ഞായിരിക്കുമ്പോൾ മുതൽ എന്നതാണു കൂടുതൽ ശരി.

എന്തുകൊണ്ടെന്നാൽ, കുട്ടിക്കാലത്തു തലച്ചോറിന്റെ വികാസം

അതിവേഗത്തിലായിരിക്കും. അപ്പോൾ കൂടുതൽ കാര്യങ്ങൾ വേഗത്തിൽ പഠിക്കുവാൻ സാധിക്കും. മാത്രവുമല്ല, കുട്ടിക്കാലത്ത് മനസിലുറക്കുന്നവ എത്ര പ്രായം ചെന്നാലും മറന്നു പോവുകയുമില്ല.

ചൊട്ടയിലെ ശീലം ചുടല വരെ എന്ന പഴഞ്ചൊല്ല് വെറും ചൊല്ലല്ല. ഒരു വ്യക്തിയുടെ സ്വഭാവത്തിന്റെ ശരിയായ ദിശയിലുള്ള പരിവർത്തനത്തിന്റെ ആരംഭം ചെറുപ്രായത്തിലെ വിദ്യാഭ്യാസത്തിലൂടെയാണു കൈവരുന്നത്. മോശം വാക്കുകൾ പറയാതിരിക്കുക, മുതിർന്നവരെ ബഹുമാനിക്കുക, അച്ഛനമ്മമാരേയും അധ്യാപകരേയും അനുസരിക്കുക, ചുറ്റുപാടിനേയും പ്രകൃതിയേയും മലിനമാക്കാതെ പ്രവർത്തിക്കുക, സഹജീവികളോട് കരുണയുണ്ടാവുക തുടങ്ങി ഒട്ടേറെക്കാര്യങ്ങൾ കുട്ടിക്കാലത്തു തന്നെ പഠിക്കേണ്ടതാണ്.

കതിരിൽക്കൊണ്ടു വളം വയ്ക്കുക എന്നു പറയുന്ന പോലെ, ഒരു പ്രായത്തിനു ശേഷം ഒരാളിൽ സ്വഭാവരൂപീകരണത്തിന് അധികം സാധ്യതകളില്ല.

പണ്ടു കാലങ്ങളിൽ വിദ്യാഭ്യാസം എല്ലാവർക്കും അനുവദിക്കപ്പെട്ട ഒന്നായിരുന്നില്ല. അതിനാൽ തന്നെ വിദ്യാഭ്യാസം ലഭിക്കുന്നവർക്ക് സമൂഹത്തിൽ ഉന്നത സ്ഥാനം കൈവന്നിരുന്നു. രണ്ടായിരം വർഷങ്ങൾക്കു മുൻപു തന്നെ ഭാരതത്തിൽ വിദ്യാഭ്യാസത്തിന്റെ ആവശ്യകതയും അത് ചെറുപ്പത്തിൽ തന്നെ ആർജ്ജിക്കേണ്ടതിന്റെ പ്രാധാന്യത്തെക്കുറിച്ചും പൗരാണിക ഭാരതത്തിലെ രാഷ്ട്രതന്ത്രജ്ഞനായ കൗടില്യൻ തന്റെ ഉപദേശങ്ങളിൽ രേഖപ്പെടുത്തിയിട്ടുണ്ട്.

പുരാണങ്ങളിലും ഇതിഹാസങ്ങളിലും പല കഥകളിലായി കുട്ടിക്കാലത്തെ വിദ്യാഭ്യാസം കടന്നു വരുന്നുണ്ട്. മാറിയ കാലത്ത് അമ്മയിൽ നിന്നും അച്ഛനിൽ നിന്നുമാരംഭിക്കുന്ന ചെറിയ പഠനങ്ങൾ മൂന്നര വയസ്സോടെ ഔപചാരികമാകുന്നു. കാര്യങ്ങൾ ഇപ്രകാരമാകുമ്പോഴും ഒരു പ്രധാന വസ്തുത, പഠിക്കുവാൻ പ്രായപരിധി ഇല്ലെന്നുള്ളതാണ്. ഏത് പ്രായത്തിലും മനസ്സുണ്ടായാൽ മാത്രം മതി പഠനം അതിന്റെ വഴിക്ക് നടന്നുകൊള്ളും.

അടുത്ത ചോദ്യം, എവിടെ നിന്നാണു നാം വിദ്യ അഭ്യസിക്കേണ്ടത് എന്നതാണ്.

അടിസ്ഥാന വിദ്യാഭ്യാസമായ പത്താം ക്ലാസുവരെ, സർക്കാർ

സ്ക്കൂളുകൾ, സിബിഎസ്ഇ, ഐസിഎസ്‌സി തുടങ്ങിയ ഏതെങ്കിലുമൊരു രീതി തിരഞ്ഞെടുക്കാം. പക്ഷേ, തിരഞ്ഞെടുക്കലിൽ ഏറ്റവും നിർണ്ണായകഘട്ടം ആരംഭിക്കുന്നത് ഹയർ സെക്കന്ററി തലം മുതലാണ്. വിദ്യാർത്ഥിയുടെ അഭിരുചി, കഴിവ്, ലക്ഷ്യം തുടങ്ങിയ കാര്യങ്ങളിൽ കാതലായ ശ്രദ്ധ ആവശ്യമായ സമയം. കൂടാതെ, വിദ്യാർത്ഥി ജീവിതത്തിൽ നിന്നും മുതിർന്ന ഒരാളിലേക്കുള്ള പരിവർത്തനത്തിന്റെ സമയം കൂടിയാണിത്.

ഈ ഘട്ടത്തിൽ മുതിർന്നവരുടേയും അധ്യാപകരുടേയും, നാം തിരഞ്ഞെടുക്കാനാഗ്രഹിക്കുന്ന വിഭാഗത്തിൽ മുൻപു പഠനം നടത്തിയവരുടേയുമൊക്കെ അഭിപ്രായങ്ങൾ സ്വീകരിക്കുകയും, അവയെ വിശകലനം ചെയ്ത് ഒരു വഴി തിരഞ്ഞെടുക്കുകയുമാണ് വേണ്ടത്.

ഇനി അവസാന ചോദ്യത്തിലേക്ക്.

ആരിൽ നിന്നാണു നാം വിദ്യ സ്വീകരിക്കേണ്ടത്?

സ്ക്കൂൾ കോളേജ് തലങ്ങളിൽ അധ്യാപകരെ തിരഞ്ഞെടുക്കുവാൻ നമുക്ക് പരിമിതിയുണ്ട്. എന്നാലൊരു പ്രത്യേക വിഷയത്തിൽ കൂടുതൽ പഠനം നടത്തുന്ന ഘട്ടത്തിൽ അത്തരത്തിലൊരു തിരഞ്ഞെടുപ്പ് സാധ്യത മുന്നിലുണ്ടാകും. അതുപോലെ അടിസ്ഥാന വിദ്യാഭ്യാസ ഘട്ടം കഴിഞ്ഞാൽ അറിവു സ്വീകരിക്കുവാൻ ധാരാളം മാർഗങ്ങൾ തുറന്നു വരും. ഇന്ന്, ഇന്റർനെറ്റ് ലോകത്തെ ഒരു കുടക്കീഴിലാക്കുമ്പോൾ, ഒരു ചോദ്യത്തിനുത്തരം തേടുക വളരെ അനായാസമായ പ്രവർത്തനമാണ്. അതുപോലെ തന്നെ, ജീവിതത്തിൽ മാർഗദീപം തെളിയിക്കുവാൻ ധാരാളം പ്രചോദനാത്മകമായ വ്യക്തികളും അവരുടെ ചിന്താപദ്ധതികളും മുന്നിലുണ്ട്. തിരഞ്ഞെടുക്കുക എന്നതു മാത്രമാണ് അവശേഷിക്കുന്ന കാര്യം.

ഏറെ പ്രചാരത്തിലുള്ള ഒരു സെൻ കഥയുണ്ട്. ഒരിക്കൽ ഒരു യൂണിവേഴ്സിറ്റി പ്രൊഫസർ പ്രസിദ്ധനായ സെൻ ഗുരുവിനെ കാണുവാനെത്തി. പ്രൊഫസർ സ്വയം പരിചയപ്പെടുത്തി. അദ്ദേഹം വളരെ ആദരണീയനായ വ്യക്തിയാണെന്നും ധാരാളം വിദ്യാർത്ഥികൾ രാജ്യത്തെമ്പാടുമുണ്ടെന്നും അദ്ദേഹം ഗുരുവിനോട് ഭംഗ്യന്തരേണ സൂചിപ്പിക്കുകയും ചെയ്തു.

സെൻ ഗുരു പുഞ്ചിരിച്ചു. തന്റെ മുറിയിലേക്ക് പ്രൊഫസറെ ക്ഷണിച്ചു. മുറിയിലെ മേശപ്പുറത്ത് ടംബ്ലറിലെ നല്ല ചൂടുള്ള ചായ രണ്ട് കപ്പുകളിലേക്കു പകരുവാനായി എടുത്തു. ഒരു കപ്പ് തന്റെ

മുന്നിലും മറ്റൊന്നു പ്രൊഫസറുടെ മുന്നിലും വച്ചു. എന്നിട്ട് അതിലേക്ക് ചായ പകർന്നു തുടങ്ങി. പ്രൊഫസറുടെ മുന്നിലെ ചായക്കപ്പു നിറഞ്ഞിട്ടും അദ്ദേഹം ചായ പകരുന്നത് നിർത്തിയില്ല. ഈ പെരുമാറ്റം കണ്ടു സ്തംഭിച്ച പ്രൊഫസർ അദ്ദേഹത്തെ തടഞ്ഞു. ഗുരു ചായ ഒഴിക്കുന്നതു നിർത്തി.

പിന്നെ, മന്ദഹസിച്ചു കൊണ്ടു പറഞ്ഞു, ‘നോക്കൂ, ഈ നിറഞ്ഞ ചായക്കോപ്പ പോലെയാണു താങ്കളുടെ മനസും. അതിൽ അഹംബോധം നിറഞ്ഞു നിൽക്കുമ്പോൾ, ഞാൻ എങ്ങനെയാണ് അങ്ങയെ സെൻ പഠിപ്പിക്കുക? ഞാൻ പഠിപ്പിക്കുവാൻ ശ്രമിച്ചാൽ അത് ഈ നിറഞ്ഞ കപ്പിലേക്കു പകരുന്ന ചായപോലെ പുറത്തേക്ക് ഒഴുകി നഷ്ടപ്പെടുകയുള്ളു. താങ്കൾക്കത് ഉള്ളിലേക്കു സ്വീകരിക്കുവാൻ സാധിക്കുകയില്ല.

ഇതൊരു ചെറിയ കഥയാണ്. എന്നാലത് പറയുന്ന വലിയ ആശയമുണ്ട്. ഒരറിവ് സ്വീകരിക്കുവാൻ തയ്യാറെടുക്കുമ്പോൾ, മനസ്സ് ശൂന്യമാക്കണം. മുൻ വിധികൾ മാറ്റിവയ്ക്കണം. ആ അറിവിനെ നമ്മിലേക്ക് എതിരേൽക്കണം. ഒരറിവും ചെറുതല്ല എന്നതും, ഒരറിവ് ആരിൽ നിന്നും സ്വീകരിക്കാമെന്നതും മനസിൽ സൂക്ഷിക്കേണ്ട ഒന്നാണ്. വിദ്യാഭ്യാസമെന്നത് ഏറ്റവും വലിയ ശക്തിയാണ്. ഒപ്പം ആയുധവുമാണ്. മറ്റേതൊരു സമ്പത്തിനേക്കാളും ശക്തിയുണ്ട് വിദ്യാധനത്തിന്.

ഇനി ഏറ്റവും പ്രധാനപ്പെട്ട കാര്യം, അത് വിദ്യാർത്ഥിയെ സംബന്ധിച്ചിടത്തോളം ഏറെ പ്രാധാന്യമാണ്. അധ്യാപകരെക്കുറിച്ചാണത്. വിദ്യാഭ്യാസത്തിൽ ഏറ്റവും പ്രധാനപ്പെട്ട ഘടകം അധ്യാപകർ തന്നെ. വിദ്യ അഭ്യസിപ്പിക്കുവാൻ ആളുണ്ടാവണമല്ലോ. പണ്ട് ഭാരതത്തിൽ നിലനിന്നിരുന്ന ഗുരുകുല വിദ്യാഭ്യാസ രീതി മുതൽ തന്നെ ഗുരു എന്ന രണ്ടക്ഷര വാക്കിന് വളരെയധികം പ്രാധാന്യമുണ്ടായിരുന്നു.

അജ്ഞാനത്തിന്റെ അന്ധകാരത്തിൽ നിന്നും ഒരുവനെ രക്ഷിക്കുന്ന വെളിച്ചമാണ് ഗുരു. നാം മാതാപിതാ ഗുരു ദൈവമെന്നു കരുതുന്ന സംസ്ക്കാരം പേറുന്നവരാണ്. ഒരാൾക്ക് ജീവനുണ്ട് എന്നതുകൊണ്ടു മാത്രം അയാൾക്ക് ഈ സമൂഹത്തിൽ ജീവിക്കാനാകില്ല. അതിനായി ഒട്ടേറെ കാര്യങ്ങൾ അറിയേണ്ടതുണ്ട്. അങ്ങനെ ചിന്തിക്കുമ്പോൾ മാതാവിനും പിതാവിനും ഉപരിയായ സ്ഥാനം ഗുരുവിനു നൽകേണ്ടതുണ്ട് എന്നു വരുന്നു.

ജയിക്കണം എനിക്ക്

ഗുരു വിളക്കാണ്. ചുറ്റിലും പ്രകാശം വിതറുന്ന വിളക്ക്.

നമ്മുടെ പൗരാണിക വിദ്യാഭ്യാസ സമ്പ്രദായങ്ങളെന്നേ ഇല്ലാതായിക്കഴിഞ്ഞു. വിദേശാധിപത്യത്തിന്റെയും, ശാസ്ത്രത്തിന്റെ അഭൂതപൂർവ്വമായ കുതിച്ചു ചാട്ടത്തിന്റെയും കാലഘട്ടത്തിൽ, വിദ്യാഭ്യാസ സമ്പ്രദായവും അപ്പാടെ മാറി മറിഞ്ഞു കഴിഞ്ഞു. ഇന്ന്, ഗുരുവെന്ന വാക്ക് നിഘണ്ടുവിൽ മാത്രമായി.

പകരം ആധുനിക വിദ്യാഭ്യാസ സങ്കേതങ്ങൾ ആവിർഭവിച്ചു. എങ്ങനെ കുട്ടികളിൽ സ്വഭാവരൂപീകരണം, എങ്ങനെ അറിവു പകർന്നു നൽകണമെന്നും, എന്നിങ്ങനെയുള്ള കാര്യങ്ങൾ പഠിച്ചു വരുന്നവരാണ് പഠിപ്പിക്കുന്നത്. അവർ ശാസ്ത്രീയമായി വിഷയങ്ങളെ സമീപിക്കുന്നു. ശാസ്ത്രീയമായി വിദ്യാർത്ഥികളേയും.

ആധുനിക വിദ്യാഭ്യാസരീതിയിൽ അധ്യാപകർക്കുള്ള പ്രാധാന്യമെന്താണ്? തികച്ചും മനഃശാസ്ത്രപരമായാണ് അധ്യാപകർ വിദ്യാർത്ഥികളോട് ഇടപെടുന്നത്. അധ്യാപകർ നയിക്കുവാനുണ്ടാകുമ്പോൾ ലഭിക്കുന്ന ഏറ്റവും വലിയ ഗുണം, അവർക്കു വിദ്യാർത്ഥിയുടെ ഗുണവും, ദോഷവും, ബലവും, ബലഹീനതയും തിരിച്ചറിയാം എന്നതാണ്. ഒരു യഥാർത്ഥ അധ്യാപകന് ഏത് പ്രശ്നക്കാരായ വിദ്യാർത്ഥിയേയും അവരുടെ വിഷയങ്ങൾ കണ്ടറിഞ്ഞ് പരിഹാരം കാണുവാനും അവർക്ക് ആത്മധൈര്യം നൽകുവാനും സാധിക്കും.

ഒരു ക്ലാസിൽ എത്ര കുട്ടികളുണ്ടോ അവർ, അത്രയും തന്നെ വ്യത്യസ്ത കുടുംബങ്ങളിൽ നിന്നും വരുന്നവരാണ്. അവരിലെ എല്ലാ വ്യത്യസ്തതയ്ക്കുമിടയിൽ ഒരു ഐക്യം ക്ലാസ് റൂമിൽ ഉണ്ടാകുന്നുണ്ട്. ആ ഐക്യമാണ് ഒരു ക്ലാസ് റൂമിനെ മുന്നോട്ടു നയിക്കുന്നത്. അതിന് സാധ്യമാകുന്നതോ ആ ക്ലാസിലെ അധ്യാപരുടെ കഴിവും.

നമ്മുടെ കുട്ടികൾ ഏറ്റവുമധികം സമയം ചിലവിടുന്നത് സ്ക്കൂളുകളിലാണ്. അതിനാൽ തന്നെ അവരുടെ സ്വഭാവരൂപീകരണം ശരിയായ ദിശയിലേക്ക് വളർന്നു വരുന്നതും അധപകരുടെ മേൽനോട്ടത്തിലാണ്. അതിനാൽ തന്നെ ഇന്നത്തെ കാലഘട്ടത്തിൽ അധ്യാപകരുടെ പ്രസക്തി വർദ്ധിക്കുന്നതേയുള്ളൂ.

എലിസബത്ത് സൈലൻസ് ബെല്ലാർഡ്, 1974-ൽ 'ഹോം ലൈഫ്' മാഗസിനിൽ എഴുതിയ ഒരു കഥയുണ്ട്. ഒരു അധ്യാപികയുടേയും ശിഷ്യന്റെയും കഥ. മിസിസ് തോംസണും ശിഷ്യൻ

ടെഡിയുടേയും കഥ. ഒരു യഥാർത്ഥ സംഭവം എന്ന നിലയിലാണാ കഥ ലോകമെമ്പാടും പ്രചരിച്ചത്.

മിസിസ് തോംസൺ പുതിയ സ്ക്കൂളിൽ ജോലിയിൽ പ്രവേശിക്കുന്നു. അഞ്ചാം ക്ലാസ് അധ്യാപിക. അവർ കുട്ടികളോട് പറഞ്ഞു, 'ഈ ക്ലാസിലെ എല്ലാ കുട്ടികളേയും ഞാൻ ഒന്നുപോലെ തന്നെ കാണും.'

പക്ഷേ, ടീച്ചർക്ക് തന്നെ അറിയാമായിരുന്നു ആ പറയുന്നത് യാഥാർത്ഥ്യമാക്കുവാനാകില്ലെന്ന്. കാരണം ആ ക്ലാസിലെ ഒരു കുട്ടി മാത്രം മറ്റുള്ളവരോട് ഇടപഴകാതെ തീർത്തും ഒറ്റപ്പെട്ടു കാണപ്പെട്ടു. അതിൽ ടീച്ചർ ദുഃഖിതയുമായിരുന്നു. ഒരു ദിവസം അവർ ക്ലാസിലെ എല്ലാ കുട്ടികളുടെയും ആദ്യം മുതലുള്ള റിക്കോർഡുകൾ പരിശോധിക്കുകയായിരുന്നു. ടെഡിയുടെ ഓരോ ക്ലാസിലേയും ക്ലാസ് ടീച്ചർമാർ അവനെക്കുറിച്ചെഴുതിയത് അവർ വായിച്ചു നോക്കി. ഒന്നാം ക്ലാസിലെ ടീച്ചർ അവനെക്കുറിച്ച് പറയുന്നത് വളരെ മിടുക്കനായ വിദ്യാർത്ഥിയാണ് അവനെന്നാണ്. രണ്ടാം ക്ലാസിലെ ടീച്ചറും അത് ശരിവയ്ക്കുന്നു. എന്നാൽ മൂന്നാം ക്ലാസിലെ ടീച്ചർ, അവന്റെ അമ്മക്ക് ഗുരുതര രോഗമാണെന്നും അവൻ ദുഃഖിതനാണെന്നും പറയുന്നു. നാലിലെ ടീച്ചർ, അവൻ അമ്മ നഷ്ടപ്പെട്ട വിഷമത്തിലാണെന്നും, അന്തർമുഖനാകുന്നുവെന്നും, അവന്റെ അച്ഛന് മകന്റെ കാര്യത്തിൽ ശ്രദ്ധയേതുമില്ലെന്നും കുറിച്ചിരിക്കുന്നു. മിസിസ് തോംസൺ ദുഃഖിതയായി. എന്താണ് ഒരു മിടുക്കനായ വിദ്യാർത്ഥിക്ക് സംഭവിച്ചതെന്ന് അവർ മനസിലാക്കി. അതിനു ശേഷം ക്ലാസിൽ എല്ലാ കുട്ടികളും അധ്യാപികയ്ക്ക് ഗിഫ്റ്റ് നൽകി ആദരിക്കുന്ന ദിവസം വന്നു. ടെഡിയും ഗിഫ്റ്റുമായി എത്തി. ടെഡിയുടെ തീരെ ഭംഗിയില്ലാത്ത, കട്ടി ബ്രൗൺ പേപ്പറിൽ പൊതിഞ്ഞ ഗിഫ്റ്റ് കണ്ട്, മറ്റു കുട്ടികൾ ആർത്തു ചിരിച്ചു. എന്നാൽ, ടീച്ചർ ആ ഗിഫ്റ്റാണ് ആദ്യം തുറന്നത്. അതിലൊരു നിറം മങ്ങിയ ബ്രേസ്‌ലെറ്റും ഉപയോഗിച്ചു ബാക്കി വന്ന പെർഫ്യൂമുമാണ് ഉണ്ടായിരുന്നത്.

ടീച്ചർ, ആ ബ്രേസ്‌ലെറ്റ് കൈയിൽ കെട്ടുകയും പെർഫ്യൂം കൈത്തണ്ടയിൽ സ്പ്രേ ചെയ്ത്, അതിന്റെ ഗന്ധം ആസ്വദിക്കുകയും ചെയ്തു. അവർ അന്നു മുതൽ ആ കുട്ടിക്കു മേൽ പ്രത്യേക കരുതൽ സൂക്ഷിച്ചു. ഒരു ദിവസം അവൻ ക്ലാസു തീർന്നു കഴിഞ്ഞപ്പോൾ ടീച്ചറോടു പറഞ്ഞു, എന്റെ അമ്മയെപ്പോലെയാണ് ടീച്ചറി

പ്പോൾ എന്നോട് ചിരിക്കുന്നതെന്ന്.

ആ കുട്ടി, പെട്ടെന്നു തന്നെ മിടുക്കനായി. അടുത്ത വർഷം അവൻ പുതിയ സ്കൂളിലേക്ക് മാറി. ഓരോ ഘട്ടം പിന്നിടുമ്പോഴും അവന്റെയൊരു കത്ത് പഴയ ടീച്ചറെ തേടിയെത്തി. തന്റെ ഏറ്റവും പ്രിയപ്പെട്ട ടീച്ചർ അവരാണെന്നു പറഞ്ഞു കൊണ്ട്. പിന്നീട് അവൻ നല്ല നിലയിൽ യൂണിവേഴ്സിറ്റി വിദ്യാഭ്യാസം പൂർത്തിയാക്കി. വിവാഹവും നിശ്ചയിച്ചു. അവന്റെ ടീച്ചറോട് അമ്മയുടെ സ്ഥാനത്തു നിന്ന് ആ വിവാഹം നടത്തി തരണമെന്ന് ആവശ്യപ്പെട്ടു.

ഇതാണ് ലോകമെമ്പാടും പ്രചരിച്ച ആ കഥ.

ഒരു എലിമെന്ററി സ്ക്കൂൾ ടീച്ചറുടെ ഉചിതമായ ഇടപെടൽ, ഒരു അന്തർമുഖനായ വ്യക്തിയായി മാറേണ്ടി വരുമായിരുന്ന ഒരു കുട്ടിയുടെ ജീവിതത്തിൽ പ്രകാശം പരത്തുകയാണ്. സ്നേഹവും പരസ്പര ബഹുമാനവും കരുതലും ശ്രദ്ധയുമൊക്കെയാണ് യഥാർത്ഥത്തിൽ അധ്യാപകർ ആയുധമാക്കേണ്ടത്. സ്നേഹം യഥാർത്ഥമാണെങ്കിൽ അതിനു മുന്നിൽ അലിയാത്ത മനുഷ്യരുണ്ടാകുമോ?

ബന്ധങ്ങൾക്കു വളരെ പ്രാധാന്യമുണ്ട്, ജീവിതത്തിൽ. അധ്യാപക-വിദ്യാർത്ഥി ബന്ധവും അപ്രകാരം തന്നെ. അധ്യാപകർക്ക് വിദ്യാർത്ഥിയെ മനസിലാകണം. മറിച്ചും.

വ്യത്യസ്ത പരിതസ്ഥിതികളിൽ നിന്നും വന്നു ചേരുന്ന കുട്ടികളിൽ, അവരുടെ ജീവിതരീതികൾ പ്രതിഫലിക്കും. അത്തരം വ്യത്യാസങ്ങൾ മാറ്റിയെടുത്ത് നല്ല സ്വഭാവസവിശേഷതകൾ നിർമ്മിച്ചെടുക്കുകയാണ് അധ്യാപകർ ചെയ്യുന്നത്. കാക്കയുടേയും കോഴിയുടേയും പൂച്ചയുടേയുമൊക്കെ കഥകൾ കുട്ടികളെ പഠിപ്പിക്കുമ്പോൾ, കുഞ്ഞു മനസിൽ ചുറ്റുമുള്ള പ്രകൃതിയെക്കുറിച്ചൊരു അവബോധം വളരുന്നുണ്ട്. ആ ബോധം, അവനിൽ, പ്രകൃതിയെന്നത് തന്നിൽ നിന്നും വിഭിന്നമല്ല എന്ന ചിന്ത വളർത്തുന്നു. പ്രകൃതിയെ മനുഷ്യരെ പോലെ കാണാൻ അവനെ ശീലിപ്പിക്കുന്നത് ഈ ബോധമാണ്. മികച്ച സ്വഭാവം വളർത്തിയെടുക്കാൻ ഇത്തരമൊരു രീതിക്കു കഴിയുന്നു.

ഇതു തന്നെയാണ് വലിയ ക്ലാസുകളിലും നടക്കുന്നത്. കൂടുതൽ കടുപ്പമുള്ള പഠനത്തിലുടെ കടന്നുപോകുന്ന വിദ്യാർത്ഥി സ്വയമറിയാതെ ജീവിതത്തിലെ യഥാർത്ഥ പ്രശ്നങ്ങൾ അഭിമുഖീകരിക്കുവാൻ പഠിക്കുകയാണ്.

എന്നാലും ചില വിരുദ്ധ ചിന്തകൾ ഉണ്ടാകുന്നുണ്ട്. അവ ഏതാണ്ട് ഇതാണ്.

1. അധ്യാപകരിൽ ചിലർ പക്ഷാഭേദം കാണിക്കുന്നു.

2. വിദ്യാർത്ഥികൾ അധ്യാപകരെ ബഹുമാനിക്കുന്നില്ല. എന്തിന്, അവർക്കു നേരെ കൈയോങ്ങുക വരെ ചെയ്യുന്നു.

3. അധ്യാപകർ വിദ്യാർത്ഥികളോട് പ്രതികാര മനോഭാവത്തോടെ ഇടപെടുന്നു.

4. വിദ്യാർത്ഥികൾ അക്രമാസക്തരാകുന്നു. ഒപ്പം, ലഹരിക്കടിമപ്പെടുന്നു.

വിദ്യാർത്ഥികൾ എന്നതുപോലെ തികച്ചും വ്യത്യസ്ത ചുറ്റുപാടിൽ നിന്നുമാണ് അധ്യാപകരും വരുന്നത്. അവരും പലതരം ജീവിത പ്രശ്നങ്ങൾ നേരിടുന്നുണ്ട്. അത് ചിലരെങ്കിലും വിദ്യാർത്ഥികൾക്കു മുന്നിൽ പ്രകടിപ്പിച്ചേക്കാം. എന്നാൽ ഭൂരിപക്ഷം വരുന്ന അധ്യാപകരും അങ്ങനെയല്ല.

ഇനി വിദ്യാർത്ഥികളിലെ പ്രശ്നങ്ങളൊന്നു നോക്കാം.

അവർ വളർന്നു വരുന്ന പ്രായമാണ്, ബാല്യത്തിൽ നിന്ന് കൗമാരത്തിലേക്ക് കടക്കുമ്പോൾ ശാരീരികവും മാനസികവുമായ മാറ്റങ്ങൾ സംഭവിക്കുന്ന കാലം. ഇനി, മുതിർന്ന കുട്ടികളിൽ സാമൂഹികമായ ഇടപെടലും സ്വാധീനവും കൂടി കടന്നു വരുന്നുണ്ട്. ഇത്രയും ഘടകങ്ങളെ കണക്കിലെടുത്തു വേണം കുട്ടികളുമായി ഇടപെടേണ്ടത്. അവിടെ ആവശ്യത്തിലധികം കാരുണ്യവും സ്നേഹവും പ്രശ്നക്കാരായ കുട്ടികളോട് കാട്ടേണ്ടതായി വരും. അത് അധ്യാപകർ മാത്രമല്ല, രക്ഷകർത്താക്കളും സാമൂഹിക പ്രവർത്തകരുമൊക്കെ ഇടപെടേണ്ട കാര്യമാണ്.

ഇന്ന് അറിവ് നേടുവാനുള്ള വാതായനങ്ങൾ ഒന്നോ രണ്ടോ മാത്രമല്ല അനേകമാണെന്നു കൂടി നാം അറിഞ്ഞിരിക്കണം. അധ്യാപകരിൽ നിന്നോ പുസ്തകങ്ങളിൽ നിന്നോ മാത്രമല്ല വിജ്ഞാനം വരുന്നത്. ഉദാഹരണത്തിന്, കെമിസ്ട്രിയിലെ ഒരു പ്രോബ്ളത്തിനുത്തരം ക്ലാസിലെ ടീച്ചർ തന്നെ പറഞ്ഞു കൊടുക്കണമെന്നില്ല. ഒന്നു ഗൂഗിൾ ചെയ്താലത് വിരൽത്തുമ്പിൽ ലഭ്യമാണ്. വീട്ടിലിരുന്ന് ഏത് പാതിരാത്രിയിലും സംശയ നിവാരണം സാധിക്കും. അങ്ങനെ വരുമ്പോൾ കൂടുതൽ നിയന്ത്രണങ്ങൾ ഏർപ്പെടുത്തുന്ന സ്ക്കൂൾ/കോളേജ് എന്ന സിസ്റ്റത്തിനോടു തന്നെ ഒരു മടുപ്പ് വിദ്യാർത്ഥികൾക്ക് ഉണ്ടാകാം.

ഇനി ഇത്തരം വിവിധ മാർഗങ്ങളിലൂടെ കിട്ടുന്ന വിവരങ്ങളിൽ നിന്ന് വിദ്യാർത്ഥി സ്വീകരിക്കുന്നത് യഥാർത്ഥത്തിൽ വേണ്ടതാണോ എന്ന കാര്യത്തിലും സംശയമുണ്ടാകും. അനാവശ്യ അറിവുകൾ, അനവസരത്തിൽ കിട്ടുന്നത് ഗുണത്തേക്കാൾ ദോഷം ചെയ്യുമെന്നോർക്കണം. അധ്യാപക വിദ്യാർത്ഥിബന്ധമാണ് വിദ്യാഭ്യാസത്തിന്റെ ഗുണമേന്മയുടെ പ്രധാന ഘടകം.

ഇനി നമുക്ക് വിജയത്തിന്റെ അടിസ്ഥാനങ്ങൾ ഒന്നു പരിശോധിക്കാം. വിദ്യാഭ്യാസത്തിൽ ഏറെ നിർണായകമാണിത്. വിദ്യാഭ്യാസ കാലഘട്ടത്തിൽ വിദ്യാർത്ഥികളുടെ നെഞ്ചിടിപ്പു കൂട്ടുന്ന പദമാണ് വിജയം. പ്രൈമറി തലം മുതൽ ആ വാക്കിന്റെ പിൻപറ്റിയാണ് വിദ്യാർത്ഥി ജീവിതം മുന്നേറുന്നത്. പത്താം ക്ലാസാണ്. ഫുൾ 'എ' പ്ലസ് വേണം. പ്ലസ് വണ്ണിലും, ടുവിലും വേണം. ഇനി അവിടുന്നും മുന്നേറുമ്പോൾ എത്ര ശതമാനം എന്നതായി ചോദ്യം. 70 ഉം 80 ഉം ശതമാനം മാർക്കു പോലും ഉപരിപഠന മേഖലയിൽ പ്രയോജനം ചെയ്യുന്നില്ലെന്നാണ് പലരുടെയും പരാതിയും നിരാശയും. മത്സരമെങ്ങും മുറുകുകയാണ്. ഇതിനിടയിൽ നിശ്ചയദാർഢ്യമില്ലാത്തവർ തഴയപ്പെടുന്നു. ലോകം അങ്ങനെ കൂടിയാണ്. മുന്നിൽ നിൽക്കുന്നവരെയാണ് അംഗീകരിക്കുക.

പഠനമാരംഭിക്കുമ്പോൾ ഏവരുടേയും മനസിൽ നന്നായി പഠിക്കണമെന്നും ഉന്നത വിജയം നേടണമെന്നുമുണ്ടാകും. പക്ഷേ, ദിവസങ്ങൾ കൊഴിഞ്ഞു പോകുമ്പോൾ ആ ആവേശത്തിനു കുറവു സംഭവിക്കും. ക്രമേണ ചെറിയ തടസ്സങ്ങളുണ്ടാകും. അത് അസുഖങ്ങൾ കൊണ്ടാകാം, മറ്റു കാരണങ്ങൾ കൊണ്ടാകാം. എന്തു തന്നെയുമാകട്ടെ, പഠനത്തിന്റെ രസച്ചരട് അതോടെ പൊട്ടും. പരീക്ഷ അടുത്തുവെന്ന ചിന്തയിലാവും വീണ്ടും പഠിക്കാൻ തുടങ്ങുക. അപ്പോഴേക്കും കാര്യങ്ങളത്ര സുഗമമാകില്ല. കാരണം പഠിക്കുവാനുള്ളത് വളരെയേറെ. സമയം തീരെക്കുറവ്. ഒപ്പം ഉത്കണ്ഠയും ടെൻഷനും ഒക്കെക്കൂടി കൊണ്ടുചെന്നെത്തിക്കുക ഒരു തട്ടിക്കൂട്ട് പഠനത്തിലേക്കാവും. ഫലം, മികച്ച റിസൾട്ട് ഒന്നോ രണ്ടോ മാർക്കുകൾക്ക് നഷ്ടപ്പെടുന്നതു മുതൽ പരാജയം വരെ.

നമുക്ക് ചിന്തിക്കേണ്ടത്, എങ്ങനെ വിജയിക്കാമെന്നാണ്.

വെറും വിജയമല്ല.

ഒന്നാമതായി വിജയിക്കുന്നതിനെക്കുറിച്ചാണ് നമുക്കു ചിന്തി

ക്കേണ്ടത്. വിജയത്തിനു വേണ്ടിയുള്ള മുന്നൊരുക്കമാണ് ആദ്യം ആവശ്യം. ഏതൊരു പ്രവർത്തനത്തിനും ഒരു തയ്യാറെടുപ്പ് ആവശ്യമെന്നിരിക്കെ, ഇവിടെയും വിജയിക്കുന്നതിനെക്കുറിച്ച് ചിന്തിക്കുന്നതിനും ഒരു തയ്യാറെടുപ്പ് ആവശ്യമുണ്ട്. മുന്നൊരുക്കത്തിന്റെ മുന്നൊരുക്കം എന്ന് ഈ ഘട്ടത്തെ വിശേഷിപ്പിക്കാം.

എന്തിനാണിത്ര തയ്യാറെടുപ്പ്? എല്ലാവർക്കും ഒന്നാമതെത്താനാകില്ലല്ലോ? അപ്പോൾ നന്നായി പഠിച്ചാൽ മാത്രം പോരെ? ഇത്രയും ടെൻഷനെന്തിനാണ്? എന്നൊക്കെ ചിന്തിക്കാം. ഒപ്പം പലരും ഉപദേശിക്കുകയും ചെയ്യും, 'ഒന്നാം സ്ഥാനമൊന്നും വേണ്ടെന്നേ, ജയിച്ചാൽ മാത്രം മതി.' എന്തിനാണ് ഒന്നാം സ്ഥാനത്തിനായി അല്ലെങ്കിൽ ഉന്നത വിജയത്തിനായി ശ്രമിക്കേണ്ടത് എന്നു സംശയമുണ്ടോ?

ഒരു കാര്യം മാത്രം ചെയ്താൽ മതി. സ്കൂളിലേയോ കോളേജിലേയോ അതുമല്ലെങ്കിൽ മറ്റേതെങ്കിലും കോഴ്സിൽ ഒന്നാമതെത്തിയവരോട്, അതുമല്ലെങ്കിൽ കായിക മത്സരത്തിലോ കലാമത്സരത്തിലോ ഒന്നാമതെത്തിയവരോട് ഒന്നു ചോദിക്കുക

'ഈ ഒന്നാം സ്ഥാനത്തിൽ നിങ്ങൾക്ക് സന്തോഷമുണ്ടോ? അതുപോലെ, രണ്ടാം സ്ഥാനവും മൂന്നാം സ്ഥാനവും ഒന്നും മോശമല്ലല്ലോ. അപ്പോൾ രണ്ടാം സ്ഥാനത്തേക്കോ മൂന്നാം സ്ഥാനത്തേക്കോ മാറി നിൽക്കുവാൻ പറഞ്ഞാൽ നിങ്ങൾ സമ്മതിക്കുമോ?'

ഈ ചോദ്യം, ചോദിക്കാതെ തന്നെ നമുക്കതിന്റെ ഉത്തരമറിയാം. ഒന്നാം സ്ഥാനമെന്നതിന് പകരമാവില്ല മറ്റൊന്നുമെന്ന്. അപ്പോൾ അനാവശ്യ മത്സരമെന്നും, ടെൻഷൻ വർദ്ധിപ്പിക്കും എന്നൊക്കെ പറയുമ്പോൾ തന്നെ ഒരു കാര്യം വളരെ വ്യക്തമാണ്. ഒന്നാമതാകുക എന്നത് വളരെ പ്രയോജനകരമായ കാര്യമാണെന്ന്. അപ്പോഴും ചിലർ പറയും, അത്തരം ചിന്ത വിദ്യാർത്ഥികൾക്കിടയിൽ മത്സരം സൃഷ്ടിക്കുമെന്ന്.

അവിടെയാണ് ചിന്താരീതിയിൽ അല്പം മാറ്റം വരുത്തേണ്ടത്.

അതായത് നമ്മുടെ ലക്ഷ്യം കൂട്ടുകാരേക്കാളോ, അമ്മയുടെ സുഹൃത്തിന്റെ മകളുടെ മാർക്കിനേക്കാളുമോ, കൂടുതൽ വാങ്ങുക എന്നതല്ല, മറിച്ച് ആ പരീക്ഷയിലെ മുഴുവൻ മാർക്കുമാണ് നമ്മൾ ലക്ഷ്യമിടേണ്ടത്. നമ്മുടെ മത്സരം മറ്റൊരു വ്യക്തിയോടല്ല മറിച്ച് അവനവനോടു തന്നെയായിരിക്കണം.

ജയിക്കണം എനിക്ക്

ഏതൊരു കായിക വിനോദത്തേയും പോലെ പഠനവും ഒരു രസകരമായ വിനോദമാണ്. പക്ഷേ, അത്രയേറെ രസകരമായി പഠനത്തെ കാണാനാകണമെന്നു മാത്രം. ആലോചിച്ചു നോക്കൂ, ഹൊ! പരീക്ഷയൊന്നു തീർന്നിരുന്നുവെങ്കിൽ, സിനിമ കാണാമായിരുന്നുവെന്ന് ഒരിക്കലെങ്കിലും ചിന്തിച്ചിട്ടില്ലേ?

ഇവിടെ പഠനമൊരു രസംകൊല്ലിയായി നാം കണക്കിലെടുക്കുന്നതുകൊണ്ടാണ് മടുപ്പു വരുന്നത്.

നമ്മുടെ ലക്ഷ്യം വളരെ കൃത്യതയുള്ളതായിരിക്കണം. അവിടേക്കുള്ള യാത്രയിൽ നിരവധി പ്രതിസന്ധികളുണ്ടാവാം. എന്നാൽ ആ ലക്ഷ്യം ഭേദിക്കുക എന്നതിൽ മാത്രം ഹരം കണ്ടെത്തിയാൽ മതി. വിജയം സുനിശ്ചിതം. എല്ലാവർക്കും ഇത് നേടാനാവും. മത്സരിക്കുന്നത് നമ്മോടു തന്നെയാവുകയും, അതിനായുള്ള ആസൂത്രണം കൃത്യമായും നടപ്പിലാക്കുകയും ചെയ്താൽ ഇത് അത്ര പ്രയാസപ്പെട്ട സംഗതിയാണെന്ന് തോന്നുകയേയില്ല.

തയ്യാറെടുപ്പ്, നിശ്ചയദാർഢ്യം, ഈ രണ്ടു വാക്കുകളാണ് വിജയത്തിന്റെ അടിത്തറ.

മെല്ലെ, ഓരോ ചുവടുവെച്ച് മുന്നേറാം.

വിജയത്തിലേക്ക്.

2
പഠനത്തിൽ മുന്നേറാൻ

പുതിയ അധ്യയന വർഷമാണ്. ക്ലാസുകൾ ആരംഭിക്കുകയായി. നല്ല മാർക്ക് വാങ്ങി വിജയിക്കണം. എല്ലാവരും നല്ല രീതിയിൽ അതിനായി തയ്യാറെടുപ്പുകൾ നടത്തുന്നുണ്ട്. അതിനായി ഞാനെന്താണു ചെയ്യേണ്ടത്? ഇങ്ങനെ ചിന്തിക്കാത്ത ഒരു വിദ്യാർത്ഥിയുമുണ്ടാകില്ല.

'കഴിഞ്ഞ വർഷത്തെ പരീക്ഷയിൽ സംഭവിച്ചത് ഇത്തവണ സംഭവിക്കരുത്.'

'ഈ വർഷം നന്നായി പാസ്സായാൽ മാത്രമേ നല്ല കോളേജിൽ അഡ്മിഷൻ കിട്ടൂ.'

'ഇത്തവണയും എൻട്രൻസ് കിട്ടിയില്ലെങ്കിൽ? റിപ്പീറ്റ് ബാച്ചാണ്.'

'ഈ സെമസ്റ്ററിൽ, കഴിഞ്ഞ തവണത്തേതു കൂടി ജയിച്ചില്ലെങ്കിൽ.....'

'പിഎസ്സിക്ക് പഠിക്കുകയാണെന്ന് കരുതി ഉഴപ്പിയിട്ട് കാര്യമില്ല. ഒരു വർഷം കാര്യമായി പഠിച്ചാലേ എന്തെങ്കിലും കാര്യമുള്ളൂ.'

ഒരു പുതിയ തുടക്കത്തിൽ വിദ്യാർത്ഥികളുടെ ആശങ്കകൾ ഏതാണ്ടിതൊക്കെയാണ്. ഇതിനപ്പുറമാണ് രക്ഷിതാക്കളുടെ കാര്യം. എന്നാൽ ഇങ്ങനെ വൈകാരികമായി കാര്യങ്ങളെ സമീപിച്ചിട്ടു കാര്യമില്ല. മറിച്ച്, കൃത്യമായി ആസൂത്രണം ചെയ്തു കാര്യങ്ങൾ നിറവേറ്റാൻ ശീലിക്കണം. താൻ എന്താണ് ചെയ്യാൻ പോകുന്നതെന്നു കുട്ടിക്ക് കൃത്യമായ ധാരണ വേണം. എന്തിനാണ് ഇത് ചെയ്യുന്നതെന്നും എങ്ങനെയാണ് ഇത് ചെയ്യുന്നതെന്നും കുട്ടി അറിഞ്ഞിരിക്കണം. അതിന് ഏതൊക്കെ മാർഗ്ഗങ്ങളാണോ ആവശ്യമുള്ളത്, അതിനൊക്കെയും കുട്ടിയെ സഹായിക്കുകയെന്നതാണ് രക്ഷിതാക്കളുടെ കടമ. അധ്യാപകരുടെയും വിദ്യാർത്ഥികളുടെയും നടുവിലെ പാലമായി രക്ഷിതാക്കൾ മാറാനും ശീലിക്കണം.

ജയിക്കണം എനിക്ക്

സ്കൂൾ കുട്ടികൾക്ക് അതാതു വർഷത്തിലെ മൂന്നു പരീക്ഷകളിലെ മാർക്കാണു വിഷയമെങ്കിൽ പത്താം ക്ലാസിലെത്തുമ്പോൾ ഫുൾ 'എ' പ്ലസ് ഒരു അത്യാവശ്യമാണ്. കാരണം, പ്ലസ് വൺ പ്രവേശനത്തിന് പത്താം ക്ലാസിലെ മാർക്ക് തന്നെയാണു മാനദണ്ഡം. അതു തന്നെ പ്ലസ് വൺ, പ്ലസ് ടൂക്കാർക്കും ബാധകം. കാരണം ഡിഗ്രിക്ക് ഇഷ്ട വിഷയവും, ഇഷ്ടപ്പെട്ട കോളേജും കിട്ടണമെങ്കിൽ പന്ത്രണ്ടാം ക്ലാസിലെ മാർക്കു നിർണായകമാണ്. ഇനി, പ്രൊഫഷണൽ കോഴ്സുകളിലും സ്ഥിതി വ്യത്യസ്തമല്ല. ഉദ്ദേശിച്ച നിലയിലെത്തുവാൻ, സ്വപ്നതുല്യമായ ജോലി ലഭിക്കുവാനൊക്കെ വേണ്ടത് ഇവയാണ്. പരീക്ഷകളെ നമ്മൾ നേരിട്ട രീതി, അതിന്റെ മാർക്ക്, നമ്മുടെ ആത്മവിശ്വാസം വർദ്ധിപ്പിക്കും.

എന്നാൽ, അദ്ധ്യയനം ആരംഭിക്കുമ്പോൾ തന്നെ ഈ ചിന്തകളെന്തിനെന്ന് ചിലരെങ്കിലും ചിന്തിക്കുന്നുണ്ടാവും. കൂട്ടുകാർക്കൊപ്പം കറങ്ങി നടന്നു, കുറേ മൊബൈൽ ഗെയിമുകൾ കളിച്ചു, പറ്റിയാൽ പ്രണയബന്ധങ്ങളിൽ കുടുങ്ങി, ഏറ്റവും ഒടുവിൽ സ്റ്റഡി ലീവിനു പഠിച്ചാൽ പോരേ? എന്തിനാണിത്ര ഗൗരവം പഠനത്തിനു നൽകുന്നതെന്നു ചിന്തിക്കുന്നില്ലേ? മാത്രമോ, ജീവിതം ഒന്നേയുള്ളു, അത് അടിച്ചു പൊളിച്ചു കഴിയാനുള്ളതാണെന്നും ടെൻഷനടിച്ചു മരിച്ചു പഠിക്കേണ്ടതുണ്ടോ എന്നും ചിന്തകളുണ്ട് കൂട്ടിന്.

അതിനുള്ള മറുപടി ഇതാണ്.

പഠനകാലത്തെ അതിന്റെ ശരിയായ അർത്ഥത്തിൽ മനസിലാക്കാതെ, പഠനകാലമെന്നത് ഒരു ശിക്ഷാ കാലാവധിയാണെന്ന മട്ടിലാണ് പലരും സമീപിക്കുന്നത്. എന്നാൽ സത്യമെന്താണ്?

നാളെ നാമെന്താണെന്നു നിശ്ചയിക്കുന്നതു അറിവാണ്. മറ്റൊരു തരത്തിൽപ്പറഞ്ഞാൽ വിദ്യാഭ്യാസയോഗ്യതയാണു നമ്മളെ നമ്മളാക്കുന്നത്.

ഡോക്ടറാകുവാൻ എംബിബിഎസ് പാസ്സാകാതെ പറ്റില്ല. എഞ്ചിനിയറാകുവാൻ ബിടെക്ക് അത്യാവശ്യം. ഇനി സിവിൽ സർവ്വൻറ് ആകുവാനോ? സിവിൽ സർവ്വീസ് പരീക്ഷയിലെ വിജയം അത്യന്താപേക്ഷിതമാണ്. അതുപോലെ ഓരോരോ ഉദ്യോഗത്തിനും അതിന്റേതായ പഠനവും പരീക്ഷ പാസാകലും അനിവാര്യമാണ്. പഠനമെന്നതു സ്വന്തം ആവശ്യമായി കാണുവാൻ ചെറുപ്പം മുതൽ സാധിക്കണം. പരീക്ഷയും, ടെസ്റ്റ് പേപ്പറുകളും അച്ഛനമ്മമാരെ ബോധിപ്പിക്കുവാനും ടീച്ചർമാർക്കു വിദ്യാർത്ഥികളെ കുറ്റം

പറയാനുള്ളതാണെന്നു കുറച്ചു വിദ്യാർത്ഥികളെങ്കിലും തെറ്റിദ്ധരിച്ചിട്ടുണ്ട്. ആ ധാരണയും മാറ്റണം. വിദ്യാഭ്യാസം പൗരന്റെ മൗലികാവകാശമാണ്. അതിലൂടെ രാജ്യത്തിന്റെ മുന്നോട്ടുള്ള കുതിപ്പിൽ നാം പങ്കാളിയാവുകയാണ്. നാം പഠിക്കുന്നതു സർക്കാരിനു വേണ്ടിയോ, വീട്ടുകാർക്കു വേണ്ടിയോ, അധ്യാപകർക്കു വേണ്ടിയോ അല്ല, അവനവനു വേണ്ടിയാണ്. ആൺക്കുട്ടിയോ പെൺക്കുട്ടിയോ ആകട്ടെ, മുതിർന്നു കഴിഞ്ഞാൽ സ്വന്തം നിലയിൽ ജീവിതം നയിക്കുവാൻ പ്രാപ്തി നേടുകയാണു പ്രധാനം. അതിനു നമ്മെ തയ്യാറാക്കുന്ന വിദ്യാഭ്യാസ കാലയളവൊരു അനുഗ്രഹം പോലെ കണക്കാക്കി പരമാവധി നേട്ടം കൊയ്യുകയല്ലേ വേണ്ടത്?

അങ്ങനെയൊരു ചിന്ത മനസിൽ വളർന്നുതുടങ്ങിയാൽ ആദ്യം വിവരിച്ച സംശയങ്ങൾക്ക് ഇടമില്ലാതാകും. മൊബൈൽ ഗെയിമുകളും, ഫേസ്ബുക്ക്, ഇൻസ്റ്റാഗ്രാം, വാട്ട്സ്ആപ്പ് തുടങ്ങിയ സോഷ്യൽ മീഡിയകളും ഇവിടെ തന്നെയുണ്ടാവും, കൂടുതൽ പുത്തൻ ഫീച്ചറുകളുമായി. അതിൽ നാം നിക്ഷേപിക്കുന്ന ഓരോ നിമിഷവും ആ കമ്പനികളുടെ ആസ്തി വർദ്ധിപ്പിച്ചു കൊണ്ടേയിരിക്കുന്നു. അതുപോലെ സിനിമകളും, ട്രോളുകളുമുണ്ടാകും. കറങ്ങി നടക്കുവാൻ ഈ ഭൂലോകം തന്നെ മുന്നിലുണ്ട്. ഉദയസൂര്യന്റെ നാടു മുതൽ, സൂര്യനസ്തമിക്കാത്ത നാടു വരെ. പക്ഷേ, ഒന്നുണ്ടാകില്ല.

'സമയം.'

ഈ സമയം ഇപ്പോൾ മാത്രമാണു നമ്മുടെ കൈയിലുള്ളത്. ഇതു പഠിക്കുവാനുള്ള സമയമാണെങ്കിൽ, ആ സമയത്ത് അത് തന്നെയല്ലേ ചെയ്യേണ്ടത്? അങ്ങനെ വരുമ്പോൾ, അധ്യയന വർഷാരംഭമെന്നതു സ്വന്തം ജീവിതത്തിന്റെ അടിസ്ഥാനം പടുത്തുയർത്തുന്ന പ്രക്രിയയുടെ ആരംഭമാണെന്നു മനസിലാക്കാം. എങ്കിലും ചില സംശയങ്ങൾ മനസ്സിൽ നിറയാം. കണക്കിഷ്ടമല്ലാത്ത ഞാനെന്തിനാണു ട്രിഗണോമെട്രിയും, ആൾജിബ്രയും പഠിക്കുന്നത്? ഡോക്ടറാകുവാൻ ലക്ഷ്യമിടുന്ന ഞാനെന്തിന് അക്ബർ ചക്രവർത്തിയുടെ ഭരണപരിഷ്ക്കാരങ്ങളറിയുന്നു എന്നൊക്കെ.

മനുഷ്യ മസ്തിഷ്കം വളരെ അത്ഭുതകരമായ ഒരു നിർമ്മിതിയാണ്. അതിന്റെ പകുതി പോയിട്ട് കാൽ ഭാഗം പോലും ജനിച്ചു മരിക്കുന്നതിനിടയിൽ ആരും ഉപയോഗിക്കുന്നുമില്ല. ഒരു

ബോഡി ബിൽഡർ തന്റെ ശരീരം നിത്യവും വ്യായാമം ചെയ്തു സംരക്ഷിക്കുന്നതു പോലെ, വ്യത്യസ്ത വിഷയങ്ങളുടെ പഠനം മസ്തിഷ്കത്തിന്റെ ബുദ്ധിപരമായ പ്രവർത്തനത്തെ മെച്ചപ്പെടുത്തും. പേശികൾക്കു വ്യായാമമെന്നതു പോലെ മസ്തിഷ്കത്തിന്റെ പ്രവർത്തനമികവിനു മസ്തിഷ്ക വ്യായാമങ്ങൾ അത്യാവശ്യമാണ്. ബുദ്ധി വികസിപ്പിക്കുവാനും, വിവിധതരം അറിവുകളെ സമന്വയിപ്പിച്ച്, ചിന്തിക്കുവാനുള്ള കഴിവുണ്ടാക്കുവാനും, താത്പര്യമുള്ളതും ഇല്ലാത്തതുമായ വിഷയങ്ങളുടെ പഠനം സഹായിക്കുന്നു. ഗ്രാഹ്യശേഷി വർദ്ധിപ്പിക്കുവാനും, നമ്മുടെ നാടിന്റെ സംസ്ക്കാരത്തെ മനസിലാക്കുവാനും, മനുഷ്യരാശിയുടെ ഇതുവരെയുള്ള പ്രയാണത്തെക്കുറിച്ച് അറിയുവാനും അവയെക്കുറിച്ചു പഠിക്കാതെ സാധിക്കില്ലല്ലോ. ഇതുവരെ പരിചയിച്ചിട്ടില്ലാത്ത, കണ്ടറിഞ്ഞതിനും കേട്ടറിഞ്ഞതിനുമപ്പുറം ഒരു ശാസ്ത്രലോകമുണ്ടെന്നറിയുവാൻ ശാസ്ത്രവും കണക്കും പഠിക്കേണ്ടതും അത്യാവശ്യമാണു. സമഗ്രമായ പഠനരീതി, ഏതാണ്ടെല്ലാ വിഷയങ്ങളെക്കുറിച്ചും ഒരവബോധമുണ്ടാക്കുന്നു. ഇന്നത്തെ പാഠ്യക്രമത്തിൽ പത്താം തരം വരെയുള്ള പഠനം കൊണ്ടു നാം എല്ലാ വിഷയത്തെക്കുറിച്ചും അടിസ്ഥാനപരമായ അറിവു നേടുന്നുണ്ട്. ഒപ്പം മാതൃഭാഷ കൂടാതെ കുറഞ്ഞതു രണ്ടു ഭാഷ പഠിക്കുന്നത് ഭാവി ജീവിതത്തിലേക്കുള്ള ഇത്തിരി കരുതലുമാണ്.

ആ നിലയ്ക്ക് പഠനത്തിനായൊരു മുന്നൊരുക്കം അത്യാവശ്യമാണ്. ഏതൊരു കാര്യത്തിനൊരുങ്ങുമ്പോഴും ആദ്യം വേണ്ടതു സ്വയം വിലയിരുത്തുകയാണ്. അതു പോലെ തന്നെ പഠനത്തിനും അത് അത്യന്താപേക്ഷിതമാണ്.

ഏത് തരത്തിലുള്ള പഠിതാവാണു താനെന്നതാണ് മനസിലാക്കേണ്ടത്. പ്രധാനമായും പഠിതാക്കളെ രണ്ടായി തരം തിരിക്കാം. പെട്ടെന്നു ശ്രദ്ധ നഷ്ടമാകുന്നവരും, ഒന്നിനും ശ്രദ്ധ തെറ്റിക്കാൻ സാധിക്കാത്തവരും. ആദ്യത്തെ ഗണത്തിൽപ്പെടുന്നവർ പഠിക്കാനിരിക്കുമ്പോൾ ഓരോ നിമിഷത്തിലും അവിടുന്ന് എഴുന്നേൽക്കാൻ കാരണം അന്വേഷിക്കുന്നവരാണ്. ഉദാഹരണത്തിന്, ഒരു കൊതുകു കടിച്ചാൽ, അമ്മയൊന്നു വിളിച്ചാൽ, ഫോണിൽ ഒരു നോട്ടിഫിക്കേഷൻ വന്നാൽ അങ്ങനെ എന്തും കാരണമായി കാണുന്ന കൂട്ടരാണിവർ.

രണ്ടാമത്തെ കൂട്ടർ, പഠിക്കുവാൻ തീരുമാനിച്ചാൽ ബാഹ്യ ഇട

പെടലിൽ അതിൽ നിന്നും വ്യതിചലിക്കാത്തവരാണ്. ഇതിൽ ഏത് വിഭാഗത്തിലാണു നാമെന്നു കണ്ടെത്തണം. രണ്ടാമത്തെ വിഭാഗക്കാർക്ക് പ്രത്യേകിച്ചു പ്രശ്നമില്ല. അവർ പഠിച്ചു കൊള്ളും. പക്ഷേ, നിമിഷം കൊണ്ടു ശ്രദ്ധ തിരിയുന്നവരോ? അവർക്കു ലക്ഷ്യം നേടൽ അത്ര എളുപ്പമല്ല. അവർ മാനസികമായി പഠനത്തിന് അനുകൂലമായ മനോഭാവം വളർത്തിയെടുക്കേണ്ടത് അത്യാവശ്യമാണ്. അവർ ക്ലാസുകൾ ആരംഭിക്കും മുൻപ് ചില കാര്യങ്ങൾ ചെയ്യേണ്ടതുണ്ട്.

1. എല്ലാ ദിവസവും ഒരു മണിക്കൂർ സമയം മനസ് ഏകാഗ്രമാക്കുവാനുള്ള പരിശീലനങ്ങൾക്ക് വിനിയോഗിക്കണം.

2. ആ ഒരു മണിക്കൂറിൽ, മൊബൈൽ, ടി.വി തുടങ്ങിയവയിൽ നിന്നും പൂർണമായും വിട്ടു നിൽക്കുക.

3. ഇക്കാര്യത്തിൽ വീട്ടിൽ മുതിർന്നവരുടെ സഹായം തേടാം.

4. സുഹൃത്തുക്കളുടെ മെസേജുകൾക്കും സോഷ്യൽ മീഡിയ അപ്ഡേറ്റുകൾക്കും ഒരു മണിക്കൂർ അവധി നൽകുക. ഒരു മണിക്കൂർ കൊണ്ട് അവയ്ക്കു യാതൊന്നും സംഭവിക്കില്ല.

5. ഈ ഒരു മണിക്കൂറിൽ എന്ത് ചെയ്യും?

ആദ്യം വളരെ സ്വസ്ഥമായിരിക്കുവാൻ ഒരിടം കണ്ടെത്തുക. നിശ്ചയമായും സോഫ, കട്ടിൽ തുടങ്ങിയവ അടുത്തു വേണ്ട.

വായന, ചിത്രരചന, എന്നിവ നല്ലതാണ്. ഒരു നല്ല പുസ്തകം കണ്ടെത്തി, അതു വായിക്കുക. അല്ലെങ്കിലൊരു ചിത്രം വരയ്ക്കുക. അതിന് അര മണിക്കൂർ മതിയാകും. ശ്രദ്ധ പാളുന്നുവെന്നു തോന്നുമ്പോൾ, മനസിനെ കെട്ടഴിച്ചു വിടാതെ ഒന്നു പിടിച്ചു നിർത്തുക. വീണ്ടും തുടരുക. പത്ത് മിനിട്ട് സമയം മെഡിറ്റേഷൻ ശീലിക്കുക. അപ്പോൾ എന്താണു ചിന്തിക്കുന്നതെന്നു ശ്രദ്ധിക്കുകയാവും നല്ലത്. ചിന്തകൾ കടന്നു വരാതിരിക്കുവാൻ ശ്രമിച്ചാൽ, ചിന്തകളുടെ പെരുവെള്ളപ്പാച്ചിലാവും ഫലം. എന്നും ഒരേ സമയത്തു ഒരേ സ്ഥലത്തിരുന്നു തന്നെ ഇതു പരിശീലിക്കുക.

6. ഇനി ഇരുപതു മിനിട്ടു സമയം, അന്നേ ദിവസത്തെക്കുറിച്ചും, നിങ്ങളുടെ ചിന്തകളെക്കുറിച്ചും എഴുതുക. അങ്ങനെ സ്വന്തമായി ഒരു മണിക്കൂർ സമയം കണ്ടെത്താൻ പരിശീലിക്കുക.

7. പ്രധാനമായും മനസിലാക്കേണ്ടത്, ആദ്യ ദിവസം തന്നെ അതു സാധ്യമാകണമെന്നില്ല എന്നതാണ്. ഒരാഴ്ചകൊണ്ട് ഒരു മണിക്കൂറിലേക്ക് എത്തിച്ചാൽ മതിയാകും. പിന്നീട് ക്ലാസുകൾ

ആരംഭിച്ചാൽ ഏറ്റവും ശ്രദ്ധയോടെ പഠിക്കേണ്ട ഭാഗങ്ങൾ, നാം ഏകാഗ്രത ശീലിക്കാൻ പഠിച്ച സമയത്തു പഠിക്കുക.

ഈ രീതിയിൽ ഏകാഗ്രത പരിശീലിച്ചാൽ അതു പഠന രംഗത്ത് അതിശയിപ്പിക്കുന്ന മുന്നേറ്റത്തിനു സഹായിക്കും.

അതുപോലെ, കരാട്ടെ, നൃത്തം, സംഗീതം, വാദ്യോപകരണങ്ങളുടെ പഠനമെന്നിവയും ഏകാഗ്രത വർദ്ധിപ്പിക്കുന്ന പ്രവർത്തനങ്ങളാണ്. മറ്റൊരു ഗുണകരമായ പ്രവർത്തനമാണ് ജനറൽ നോളജ് വർദ്ധിപ്പിക്കുന്ന ചോദ്യങ്ങളുടെ ഉത്തരങ്ങൾ പഠിക്കുന്നത്. ക്വിസ് മത്സരങ്ങളുടെ ചോദ്യങ്ങൾ ദിവസവും പത്തെണ്ണം വച്ചു പഠിച്ചു നോക്കൂ. നിങ്ങൾ പോലുമറിയാതെ ഉള്ളിലൊരു ആത്മവിശ്വാസം വളരുന്നതു കാണാം. അതുപോലെ കവിതകൾ ഇഷ്ടമെങ്കിൽ, ഒരു കവിത കാണാതെ പഠിക്കൂ, ഈണത്തിൽ പാടൂ. ഇതു പക്ഷേ മൊബൈൽ വഴി വേണ്ട. പാഠപുസ്തകങ്ങളിൽ നിന്നോ, ലൈബ്രറികളിൽ നിന്നോ കണ്ടെത്താം വരികൾ. ഇപ്രകാരം ഗുണകരമായ പ്രവർത്തനങ്ങളിൽ ഏർപ്പെടുമ്പോൾ ആത്മവിശ്വാസം വർദ്ധിക്കുകയും ക്ലാസുകൾ ആരംഭിക്കുമ്പോൾ ഉത്സാഹത്തോടെ പഠനം തുടരാൻ സാധിക്കുകയും ചെയ്യും.

കോളേജ് തലത്തിലേക്ക് എത്തിയവർ നിശ്ചയമായും ലോക ക്ലാസിക്കുകൾ പരിചയപ്പെടണം. ഏത് ഒഴിവുകാലവും വായനയ്ക്കായി കുറച്ചു സമയം നിർബന്ധമായും മാറ്റിവയ്ക്കണം. കൂട്ടുകൂടലും കൂട്ടം ചേരലും നല്ലതു തന്നെ, അതുപോലെ പ്രാധാന്യമുള്ളതാണ് അവനവനു വേണ്ടി സമയം കണ്ടെത്തലും. ഒറ്റക്ക് അല്പദൂരം സൈക്കിൾ സവാരിയോ നടത്തമോ ഒക്കെ നമ്മളോടു തന്നെ കൂട്ടുകൂടാൻ നമ്മളെ പരിശീലിപ്പിക്കും. കൂടുതൽ ഏകാഗ്രത വേണ്ട പഠനങ്ങളിലും ജോലികളിലും ഈ ഏകാഗ്രത നമുക്ക് മുതൽക്കൂട്ടാവും.

ഇനി നമുക്ക് നോക്കാം, ഈ അദ്ധ്യയനവർഷത്തിലെ ലക്ഷ്യമെന്താണ്? എന്തായിരിക്കണം? പരീക്ഷയിലെ മികച്ച വിജയം? അല്ല. പരീക്ഷയിൽ മുഴുവൻ മാർക്കും നേടലാണു ലക്ഷ്യമിടേണ്ടത്. നെറ്റി ചുളിയണ്ട. ലക്ഷ്യമതു തന്നെയാകണം. ഒരിക്കലും മത്സരം മറ്റൊരു വ്യക്തിയുമായിട്ടാകരുത്. അത്തരം ശ്രമങ്ങൾ അമിത സമ്മർദ്ദത്തിലേ അവസാനിക്കൂ. അവനവന്റെ പെർഫോർമൻസുമായിട്ടാകണം പൊരുതേണ്ടത്. അതിനു മുൻകാല പ്രകടനത്തെക്കുറിച്ച് ധാരണയുണ്ടാവുക അത്യാവശ്യമാണ്.

അത് ഇപ്രകാരം വിശദമാക്കാം. മുൻ വർഷങ്ങളിൽ എത്ര ശതമാനം മാർക്ക് സ്കോർ ചെയ്തു എന്നത് എഴുതി വയ്ക്കുക. ഉദാഹരണത്തിന്, പത്താം ക്ലാസ് വിദ്യാർത്ഥി, അല്ലെങ്കിൽ അതിനു മുകളിൽ പഠിക്കുന്നവർ മുന്നൊരുക്കം നടത്തുമ്പോൾ കണക്കിലെടുക്കേണ്ടതു ഹൈസ്ക്കൂൾ തലം മുതലുള്ള മാർക്കാണ്. ചുരുങ്ങിയത് രണ്ടു വർഷം മുന്നേയുള്ള മാർക്കോ ഗ്രേഡോ പരിശോധിക്കേണ്ടത് ആവശ്യമാണ്. അവിടെ 80 % മാർക്ക് കിട്ടിയിരുന്നുവെങ്കിൽ ലക്ഷ്യം 100 % ത്തിൽ തന്നെ കൃത്യമായും ഉറപ്പിക്കാം. അതു തന്നെ, ഒന്നാം ടേമിൽ 90%, രണ്ടാം ടേമിൽ 95% മോഡൽ പരീക്ഷയിൽ 100 % എന്നിങ്ങനെ സെറ്റ് ചെയ്യാവുന്നതുമാണ്. എന്നാൽ എട്ടാം ക്ലാസിലും ഒമ്പതാം ക്ലാസിലും 50 ശതമാനമോ അതിലും താഴേയോ ആണ് മാർക്കെങ്കിൽ, ചില വിശകലനങ്ങൾ കൂടി ആവശ്യമുണ്ട്.

പഠനം അവനവന് വേണ്ടി തന്നെയോ എന്നതാണ് അറിയേണ്ടത്.. അതിന്റെ ഉത്തരം പോസിറ്റീവാണെങ്കിൽ, അടുത്തതായി ചെയ്യാനുള്ളത് ആദ്യ ടേമിൽ 60% നും 70% നും ഇടയിൽ എത്തുക എന്നതാണ്. ഇനി രണ്ടാം ടേമിൽ 70 മുതൽ 80% വരെയെന്നും മോഡൽ പരീക്ഷയിൽ 80 മുതൽ 85 ശതമാനമെന്നും ഉറപ്പിക്കുക. നിശ്ചയമായും ഫൈനൽ പരീക്ഷയിൽ 90% തൊടാനാകും.

ഒപ്പം ഏതു വിഷയത്തിലാണ് ബുദ്ധിമുട്ടുള്ളതെന്നു തിരിച്ചറിയണം. ഉദാഹരണത്തിനു ചിലർക്ക് വലിയ പ്രബന്ധങ്ങളെഴുതുവാൻ ബുദ്ധിമുട്ടാണ്. ഇനിയും ചിലർക്കു കണക്കുകളുടെ നിർദ്ധാരണമാണു കുഴപ്പിക്കുക. മറ്റുചിലർക്ക് ഭാഷാ വ്യാകരണമാകും ഉറക്കം കെടുത്തുക. നമ്മളെ കുഴപ്പിക്കുന്നതെന്താണെന്നു തിരിച്ചറിഞ്ഞാൽ അതു പരിഹരിക്കാനുള്ള വഴികൾ കണ്ടെത്തണം. അതിന് അധ്യാപകർ, മുതിർന്ന വിദ്യാർത്ഥികൾ, ഓൺലൈൻ സംശയനിവാരണ ക്ലാസുകൾ എന്നിവ സഹായിക്കും. ഇനി നമുക്ക് മാർക്ക് ഏറ്റവും കൂടുതൽ കിട്ടുന്നത് ഏതിലാണ് എന്നും മനസിലാക്കണം. ആത്മവിശ്വാസം കൂട്ടാൻ ഇതു കാര്യമായി തന്നെ ഉപകരിക്കും. മറ്റുള്ളവരുമായി ഒരു താരതമ്യത്തിനും മുതിരാതെ സ്വന്തം ലക്ഷ്യം നിർണയിക്കുക.

ട്യൂഷനും പഠനവും വലിയൊരു സംഗതിയാണ്. വിദ്യാർത്ഥികൾക്കിടയിൽ ഇതിന് ഇപ്പോൾ വലിയൊരു സ്ഥാനവുമുണ്ട്. പഠനവുമായി ബന്ധപ്പെട്ടു രക്ഷകർത്താക്കൾക്കിടയിലും വിദ്യാർത്ഥി

കൾക്കിടയിലും, എന്തിനു ചില അധ്യാപകർക്കിടയിൽപ്പോലും മിത്തുകൾ നിലനിൽക്കുന്നുണ്ട്. അതിൽ പ്രധാനപ്പെട്ട ഒന്നാണു ട്യൂഷൻ സമ്പ്രദായം. സ്കൂളിലെ പഠിപ്പിക്കലോ, കുട്ടിയുടെ സ്വന്തം അധ്വാനമോ ഒന്നുമല്ല ട്യൂഷന്റെ മികവാണു വിജയത്തിനാധാരമെന്നാണു പലരും ധരിച്ചിരിക്കുന്നത്. സ്കൂളിൽ ക്ലാസുകൾ ആരംഭിക്കും മുമ്പുതന്നെ ട്യൂഷൻ ആരംഭിക്കണം. സ്കൂളിൽ ഒരു ഡിവിഷനിൽ നാല്പതു കുട്ടികളാണെങ്കിൽ, ട്യൂഷൻ സെന്ററിൽ അതിലുമധികമാകും. വീട്-ട്യൂഷൻ-സ്കൂൾ-ട്യൂഷൻ-വീട്. ഇതാണ് ഇക്കാലത്തൊരു കുട്ടിയുടെ ഏകദേശ ജീവിതചിത്രം.

മിക്ക കുട്ടികളും ട്യൂഷന്റെ പിന്നാലെ കൂടി ഓടിത്തളരേണ്ടവരാണ്. സമയത്തിനു ഭക്ഷണമില്ലാതെ, വിശക്കുമ്പോൾ യാതൊരു ഗുണവുമില്ലാത്ത ജങ്ക് ഫുഡ്സ് കഴിച്ചു, ആരോഗ്യം നശിപ്പിച്ചു, സ്വയം പഠിക്കുവാനോ റിവൈസ് ചെയ്യുവാനോ സാധിക്കാതെ, തൊണ്ണൂറു ശതമാനം നേടേണ്ടയിടത്തു അറുപതു ശതമാനത്തിലേക്ക് ഒതുങ്ങിപ്പോകുന്ന മിടുക്കന്മാരും മിടുക്കികളും. അതുപോലെ പഠനമൊരു കൊല്ലാക്കൊലയെന്നു സങ്കടപ്പെടുന്ന എത്രയെത്ര വിദ്യാർത്ഥികൾ!

എന്തിനാണു ട്യൂഷൻ? പഠനത്തിൽ തീരെ പിന്നിൽ നിൽക്കുന്ന വിദ്യാർത്ഥികൾക്ക് മറ്റു വിദ്യാർത്ഥികൾക്കൊപ്പമെത്താൻ സ്കൂൾ സമയത്തിനു ശേഷം, കൂടുതൽ സമയമെടുത്ത് വിശദമായി പഠിപ്പിക്കലാണ് ട്യൂഷന്റെ ഉദ്ദേശം. ചിലർക്കു ചില പ്രത്യേക വിഷയങ്ങളിൽ മാത്രം സഹായമാവശ്യമായി വരാം. അപ്പോഴും ആ വിഷയത്തിൽ ട്യൂഷൻ സഹായിക്കും. എന്നാൽ, നമ്മുടെ നാട്ടിൽ പണ്ടു മുതൽ തന്നെ വീട്ടിലിരുന്നാൽ പഠിക്കില്ല, അതുകൊണ്ടു ട്യൂഷനു വിടുന്നുവെന്നാണ് മിക്ക അമ്മമാരും പറയാറ്. ചെറിയ ക്ലാസിലെ കുട്ടികളെ കൊണ്ട് ഹോംവർക്ക് ചെയ്യിക്കാനൊക്കെ അടുത്ത വീട്ടിലെ അല്പം മുതിർന്ന കുട്ടികളുടെ അടുത്തേക്കു വിടാറുണ്ട്. എന്നാൽ വലിയ ക്ലാസുകളിൽ, പ്രത്യേകിച്ചും ഹൈസ്കൂൾ മുതൽ എല്ലാ വിഷയങ്ങൾക്കും ട്യൂഷനേർപ്പെടുത്തുകയാണു ഇപ്പോഴത്തെ ട്രെൻഡ്. ഇതിന്റെ ഫലമെന്താണ്?

1. ട്യൂഷന് കൂടി പോകേണ്ടതിനാൽ, വീട്ടിൽ നിന്നും അതിരാവിലെ പുറപ്പെടേണ്ടി വരുന്നു.

2. പ്രാതൽ മിക്കവാറും ഒഴിവാക്കുകയോ, ഒരു ഗ്ലാസ് പാലിലോ ചായയിലോ ഒതുക്കുകയോ ചെയ്യുന്നു.

3. ട്യൂഷൻ സ്ഥലത്ത് ഓടിക്കിതച്ച് എത്തി പൂർണ ശ്രദ്ധയില്ലാതെയുള്ള ഇരിപ്പ്.

4. കൂടുതൽ സമയം കൂട്ടം ചേരാനുള്ള സാഹചര്യം.

5. സ്കൂളിലെ ക്ലാസുകളിൽ, ട്യൂഷൻ ഉണ്ടല്ലോ എന്ന ചിന്തയിൽ മനഃപൂർവ്വം വരുത്തുന്ന ശ്രദ്ധക്കുറവ്.

6. വൈകുന്നേരം ട്യൂഷൻ കഴിഞ്ഞു തളർന്നെത്തിയാൽ പഠിച്ചെന്നു വരുത്തി ഉറക്കത്തിലേക്കൊരു കൂപ്പുകുത്തൽ.

7. ട്യൂഷൻ, കാര്യങ്ങൾ മനസിലാക്കുവാൻ സഹായിക്കുമെങ്കിലും അത് സ്വയം പഠിച്ച് തെറ്റുകൂടാതെ പരീക്ഷക്ക് അവതരിപ്പിച്ചാൽ മാത്രമേ മാർക്ക് കിട്ടുകയുള്ളു.

സാമ്പത്തിക നഷ്ടം തത്കാലം കണക്കിലെടുക്കുന്നില്ല. ഈ നിലയ്ക്ക് എന്താണു ചെയ്യേണ്ടത്? ചെറിയ ക്ലാസുകളിലെ ഹോം വർക്ക് ട്യൂഷനുകൾ മാറ്റി നിർത്തി, ഹൈസ്ക്കൂൾ ക്ലാസിലെ കാര്യങ്ങൾ മാത്രം കണക്കിലെടുക്കാം. ഇവിടെ നിർബന്ധമായും സ്വയം ഒരു വിലയിരുത്തൽ നടത്തണം. അതിൽ അച്ഛനമ്മമാരുടെ സഹായവും തേടാം. കാരണം, അവരാണു മക്കളെ കൃത്യമായി മനസിലാക്കിയിരിക്കുന്നത്. ഒരു കൂട്ടായ തുറന്ന ചർച്ച ആവശ്യമുണ്ട്. ആദ്യം ചിന്തിക്കേണ്ടത് ഇതാണ്, കണക്ക്, സയൻസ്, സോഷ്യൽ സ്റ്റഡീസ്, പിന്നെ ഭാഷകൾ. ഇതിൽ ഏത് വിഷയങ്ങളാണ് നമ്മളെ കുഴയ്ക്കുന്നത്?

ചിലർക്ക് കണക്ക് ഭയമാണ് (സത്യം പറഞ്ഞാൽ അതൊരു വ്യാജപ്പേടി കൂടിയാണ്. എല്ലാരും പറയുന്നു, അതു കൊണ്ടു ഞാനും എന്നൊരു മട്ട്). പിന്നെ ഇംഗ്ലിഷ്/മലയാളം, ചിലർക്ക് ഹിന്ദി. കൂടുതൽപ്പേരും ട്യൂഷന് പോകുന്ന വിഷയങ്ങൾ പൊതുവേ രണ്ടാണ്, കണക്കും ഇംഗ്ലീഷും.

നമുക്ക് പ്രയാസമുണ്ടെന്നു തോന്നുന്ന, സ്കൂളിലെ പഠനം കൊണ്ട് തീരെ രക്ഷയില്ല എന്നു തോന്നുമ്പോഴൊക്കെ സ്വീകരിക്കേണ്ട ഒരു കടും വെട്ടാണ് ട്യൂഷൻ. ഇക്കാര്യം കുട്ടികളും വീട്ടുകാരും തിരിച്ചറിയണം. നമ്മുടെ സംശയങ്ങൾ തീർത്തു തരുവാൻ സ്കൂളിലെ അധ്യാപകർ സദാ സന്നദ്ധരാണെന്നതാണു സത്യം. പിന്നെന്തു കൊണ്ട് അങ്ങനെയൊരു സംശയനിവാരണം സംഭവിക്കുന്നില്ലയെന്നു ചോദിച്ചാൽ ഉത്തരമിതാണ്. വിദ്യാർത്ഥികൾക്കുള്ള താത്പര്യക്കുറവു തന്നെ. ഭയമെന്ന പേരിൽ കുട്ടികൾ മാറിനിൽക്കുന്നതും സംശയനിവാരണത്തിനുള്ള സാധ്യത കുറയ്ക്കു

കയാണ്. ഒപ്പം ചില അധ്യാപകരുടെയെങ്കിലും ഇടപെടലുകളിൽ വരുന്ന ആശയക്കുഴപ്പവും തടസ്സം സൃഷ്ടിക്കുന്നുണ്ട്. ഒപ്പം എല്ലാ അധ്യാപകരും പഠിപ്പിക്കുന്നതിൽ ഏറെ മികവു പുലർത്തണമെന്നില്ല എന്നതും കണക്കിലെടുക്കാം. എന്നിരുന്നാലും വിദ്യാർത്ഥിയെ സംബന്ധിച്ച് അധ്യാപകരോട് ഭയമില്ലാതെ, എന്നാൽ ബഹുമാനക്കുറവ് സംഭവിക്കാതെയും ഇടപെടുവാനാകണം. ഒപ്പം അവരുടെ പ്രശ്നങ്ങളിൽ അധ്യാപകർക്കു ആശങ്കയുണ്ടെന്നും കരുതലുണ്ടെന്നും വരണം. ആ ചിന്ത വളർത്തേണ്ടത് സ്കൂളും അധ്യാപകരുമാണ്. രക്ഷകർത്തൃയോഗങ്ങൾ പരസ്പരം കുറ്റം പറയുവാനുള്ള വേദികളല്ല മറിച്ച്, എങ്ങനെ നന്നായി മുന്നേറാമെന്ന ചിന്ത വളർത്തേണ്ട യോഗങ്ങളായി മാറണം. അങ്ങനെ, വിദ്യാർത്ഥികൾ അവരുടെ സംശയനിവാരണം സ്കൂളിൽ തന്നെ നടത്തുകയാണെങ്കിൽ, വളരെ അത്യാവശ്യമെങ്കിൽ മാത്രം ട്യൂഷന് പോയാൽ മതിയെന്നു വരും. അതു വഴി, അനാവശ്യ ട്യൂഷൻ ഒഴിവാകുകയും, സ്വയം തയ്യാറെടുക്കാൻ കുട്ടിക്ക് ആവശ്യത്തിനു സമയം ലഭിക്കുകയും ചെയ്യും.

ഇനി തയ്യാറെടുപ്പിലേക്ക്.

ഇപ്പോൾ പുതിയ ക്ലാസിന്റെ/കോഴ്സിന്റെ ആദ്യ ദിവസങ്ങളാണെന്നു കരുതുക. വർഷാവസാന പരീക്ഷയാണു നമ്മുടെ യഥാർത്ഥ ലക്ഷ്യം. പക്ഷേ, ആ ലക്ഷ്യത്തിലേക്ക് ഓരോ ചുവടുവച്ചു മുന്നേറുകയാണു വേണ്ടത്. അങ്ങനെ വരുമ്പോൾ ആദ്യ ടേം പരീക്ഷ / ഓണപ്പരീക്ഷയാണ് ആദ്യത്തെ പ്രധാന പരീക്ഷ. പ്രോഗ്രസ് റിപ്പോർട്ട് ഒപ്പിടുവാൻ അച്ഛനമ്മമാർ സ്കൂളിലെത്തി അധ്യാപകരെ കാണേണ്ടതായും വരും. ഓണപ്പരീക്ഷയ്ക്കു ചില ചെറിയ ഗുണങ്ങളുണ്ട്. ഒന്നാമതായി ഓണം വരെ അധികം അവധികൾ കടന്നു വരില്ല. അപ്പോൾ ഒരു ഒഴുക്ക് പഠനത്തിൽ സ്വാഭാവികമായിത്തന്നെ കിട്ടും. ആദ്യ ടേമിൽ അത്യാവശ്യം വിശദമായി പഠിപ്പിക്കുവാൻ അധ്യാപകർക്കും സാവകാശം കിട്ടും.

പണ്ടുകാലത്ത് പഠനത്തെക്കുറിച്ചു പറയുക ഇപ്രകാരമാണ്.

'അന്നന്നുള്ളത് അന്നന്നു പഠിക്കുക.'

ആ മുദ്രാവാക്യത്തിന് ഇന്നും പ്രസക്തി കുറഞ്ഞിട്ടില്ല. എങ്കിലും മുതിർന്ന ക്ലാസുകളിലെ പഠനത്തിൽ അത് പൂർണമായും പ്രാവർത്തികമായി എന്നു വരില്ല. അപ്പോൾ ഒരാഴ്ച എന്നത് അളവുകോലാക്കുക. ഒരാഴ്ചയിൽ ഒരോ വിഷയവും എത്രമാത്രം പഠി

പ്പിക്കും എന്നൊരു ധാരണയുണ്ടാവേണ്ടതുണ്ട്. ആ ആഴ്ചയിൽ തന്നെ അതത്രയും പഠിക്കുകയെന്നതാണ് ആദ്യ തീരുമാനം. അപ്പോൾ അടുത്ത പ്രശ്നമുയർന്നു വരും. ഒരു ദിവസം എത്ര നേരം പഠിക്കണം?

ക്ലാസിൽ പഠിപ്പിച്ചതൊക്കെ വായിച്ചു തീരാൻ മാത്രം സമയം കിട്ടുമോ? രാത്രി ചുരുങ്ങിയതു മൂന്നു മണിക്കൂർ പഠിക്കുവാൻ സമയം കണ്ടെത്തണം. ആറു മണി മുതൽ ഒമ്പതര വരെയുള്ള സമയത്തിൽ ആ മൂന്നു മണിക്കൂർ കണ്ടെത്തുകയാവും ഉചിതം. അങ്ങനെ വരുമ്പോൾ പത്തു മണിക്ക് ഉറങ്ങാൻ കിടക്കാൻ പറ്റും. രാവിലെ അഞ്ചു മണിക്കുണർന്ന് ഒരു മണിക്കൂർ കൂടി പഠിക്കാം. ഇവിടെ നമ്മൾ ഉറപ്പു വരുത്തേണ്ടത് ആഴ്ചയിൽ 5 ദിവസം ഉറപ്പായും 4 മണിക്കൂർ വീതം ദിവസേന വീട്ടിലിരുന്നു പഠിക്കുന്നതിനെക്കുറിച്ചാണ്. അങ്ങനെ പഠിക്കുവാനായാൽ ഒരു പാഠം പോലും പഠിക്കാതെ ഒഴിവാക്കേണ്ടി വരില്ല. ഇനി, ശനിയാഴ്ചയും ക്ലാസുണ്ടെങ്കിൽ 6–4 എന്ന രീതിയിൽ മാറും. എന്തായാലും ഞായറാഴ്ച അവധിയുണ്ടാകുമല്ലോ. അന്നെന്താ ചെയ്യുക? അവധിയല്ലേ, വൈകി ഉണർന്ന്, അലസമായി കളയാമെന്നാണോ? കുറച്ച് ആലസ്യമാകാം. പക്ഷേ അന്നാണ് നമുക്ക് ഏറെ സമയം കിട്ടുന്നതെന്നു മറക്കണ്ട. സ്വന്തം കാര്യങ്ങൾ, അതായത് യൂണിഫോം കഴുകിതേക്കൽ, സ്വന്തം മുറി, അല്ലെങ്കിൽ പഠന സ്ഥലം തൂത്ത് വൃത്തിയാക്കി അടുക്കി വയ്ക്കൽ എന്നിവയ്ക്കൊപ്പം, ആ ദിവസമാണ് റിവിഷൻ ഡേ എന്നതു പ്രധാനമാണ്.

എങ്ങനെ റിവിഷൻ ചെയ്യാമെന്നാണു കരുതുന്നത്? പാഠഭാഗം വെറുതേ വായിച്ചിട്ട് കാര്യമില്ല. പാഠ്യഭാഗങ്ങളിൽ നിന്നുള്ള ചോദ്യങ്ങൾക്കുത്തരം എഴുതുക എന്നതാണ് ഈ റിവിഷൻ കൊണ്ടുള്ള ലക്ഷ്യം. പഠിക്കുവാനും പഠിപ്പിക്കുവാനും നൂറായിരം ആപ്പുകൾ ഉണ്ട്. പക്ഷേ, പഠിച്ചോ എന്നറിയുവാൻ അത് സ്വയം എഴുതി നോക്കുകയേ നിവർത്തിയുള്ളൂ. നോക്കി പഠനവും, അടിസ്ഥാന ആശയങ്ങൾ മനസിലാക്കലും നന്ന്. പക്ഷേ, അതു പരീക്ഷ പേപ്പറിൽ പതിയണമെങ്കിൽ എഴുതി പഠിക്കാതെ പറ്റില്ല. ഒട്ടുമിക്ക ഞായറാഴ്ചകളിലും അടുത്ത ആഴ്ചത്തേയ്ക്കുള്ള അസൈൻമെന്റ്സും മറ്റും തയ്യാറാക്കാനുണ്ടാകും. അതിനും സമയം നൽകണം. തയ്യാറെടുപ്പുകൾക്ക് മുതിരുമ്പോൾ ചില കാര്യങ്ങൾ കൂടി മനസിൽ വയ്ക്കണം. ക്ലാസ് ടെസ്റ്റുകൾ പരമപ്രധാന

മാണ്. ഒരു വിഷയത്തിൽ ഒന്നോ രണ്ടോ അധ്യായങ്ങൾ ഉൾപ്പെടുത്തി ഒരു ടെസ്റ്റ് പേപ്പർ നടത്തുമ്പോൾ ആ അധ്യായങ്ങളിലെ പരമാവധി ഭാഗം അതിൽ ഉൾപ്പെടും. ഇത് പ്രധാന പരീക്ഷക്ക് ഒരുങ്ങുമ്പോൾ ഒരു ഭാഗവും വിട്ടു പോയിട്ടില്ല എന്ന ആത്മവിശ്വാസം നൽകും. ക്ലാസ് ടെസ്റ്റുകളുടെ ചോദ്യോത്തരങ്ങൾ ഒരോ വിഷയത്തിന്റെയും ഫയൽ ചെയ്തു സൂക്ഷിക്കണം. ഇനി, സ്കൂളിൽ ചില വിഷയങ്ങളിൽ ക്ലാസ് ടെസ്റ്റുകൾ നടത്തിയെന്നു വരില്ല. അങ്ങനെയുള്ള വിഷയങ്ങളിൽ ഓരോ പാഠവും അവസാനിച്ചാൽ അതിൽ നിന്നു വരാവുന്ന ചോദ്യങ്ങൾക്ക് സ്വയം ഉത്തരമെഴുതി ശീലിക്കണം. പഴയ ചോദ്യപേപ്പറുകൾ പരമാവധി ശേഖരിച്ച് അതിലെ ചോദ്യങ്ങൾക്കും ഉത്തരം കണ്ടെത്തണം. ഇവയൊക്കെ ക്ലാസുകൾ ആരംഭിച്ച ശേഷം മടികൂടാതെ ചെയ്യുക എന്നത് വളരെ പ്രധാനമാണ്. മുന്നൊരുക്കങ്ങളിൽ ഇത്തരം ഒരു പ്ലാനിങ് ഉണ്ടാക്കി വയ്ക്കുമ്പോൾ തന്നെ ഒരു ചിരി ഊറി വരുന്നില്ലേ? 'ഇതൊക്കെ നടക്കുമോ?' ഇതല്ലേ, ആ ചിരിക്കു പിന്നിൽ?

അതിനും നമുക്ക് ഉത്തരമുണ്ടെങ്കിലോ?

അതിങ്ങനെ പറയാം. ഉദാഹരണത്തിന്, എല്ലാ ദിവസവും നാലു മണിക്കൂർ പഠനം നടന്നില്ലെന്നു വയ്ക്കുക. ഒരാഴ്ചയിലെ പഠനം താഴെ കൊടുത്തിരിക്കുന്നതു പോലെയാണു നടന്നതെന്നും കരുതുക. അതായത്,

തിങ്കൾ	2 മണിക്കൂർ
ചൊവ്വ	3 മണിക്കൂർ
ബുധൻ	4 മണിക്കൂർ
വ്യാഴം	1 മണിക്കൂർ
വെള്ളി	3 മണിക്കൂർ
ശനി	4 മണിക്കൂർ

ഈ ഒരു രീതിയിൽ 17 മണിക്കൂർ പഠനം നടക്കുന്നുണ്ട്. കണക്ക് കൂട്ടിയതിലും കുറവാണെങ്കിലും 50% ത്തിന് മുകളിൽ നേടിയിട്ടുണ്ട്. ഒന്നും പഠിക്കാതെ ആദ്യ ആഴ്ച കടന്നു പോയിരുന്നുവെങ്കിലോ? ഒരുപക്ഷേ, പരീക്ഷക്ക് തൊട്ടുമുൻപാണ് ടൈംടേബിൾ ഉണ്ടാക്കുന്നത് എന്നു ചിന്തിക്കൂ. ആ അവസാന നിമിഷ കൂട്ടപ്പൊരിച്ചിലിൽ പഠിക്കാനാവുന്നതിനേക്കാൾ പഠിക്കാതെ വിട്ട ഭാഗങ്ങളാവും കൂടുതൽ. ആ സമയത്തെ 90% പഠനത്തേക്കാൾ ഫലം ചെയ്യും തുടർച്ചയായ പഠനം. അത് ആസൂത്രണം ചെയ്തതിന്റെ

50 ശതമാനം കൈവരിച്ചാൽ പോലും ആത്യന്തിക ഫലം വിജയം തന്നെ ആയിരിക്കും.

ഇനി ഒരു പ്രധാന കാര്യം കൂടി. നമ്മൾ ഇത്രയും സമയം ചിന്തിച്ചത് വീട്ടിലിരുന്നുള്ള പഠനത്തെക്കുറിച്ചാണ്. എന്നാൽ മറ്റൊരു പ്രധാന കാര്യമുണ്ട്. സ്കൂളിലോ കോളേജിലോ ഏത് ക്ലാസ്സിലുമാകട്ടെ, അത് പഠിപ്പിക്കുന്ന സമയത്തു തന്നെ പഠിക്കുന്ന രീതി. അതിന് ക്ലാസുകളിൽ ശ്രദ്ധാപൂർവ്വം ഇരിക്കേണ്ടതുണ്ട്. അങ്ങനെ ശ്രദ്ധിക്കുകയും നോട്സ് കുറിച്ചു വയ്ക്കുകയും വേണം. അതു തുടർന്നു വീട്ടിലിരുന്നു പഠിക്കുമ്പോൾ ഉപയോഗിക്കുകയും വേണം. അപ്പോൾ അധിക സമയം ചിലവിടാതെ വേഗത്തിൽ കാര്യങ്ങൾ ഗ്രഹിക്കുവാനാകും.

സ്കൂൾ തലം മുതൽ ക്ലാസ് നോട്സ് എഴുതി ശീലിക്കുന്നതു വിഷയത്തിലേക്ക് എളുപ്പത്തിൽ കടന്നുചെല്ലുവാൻ സഹായിക്കും. മനസിലുറപ്പിക്കേണ്ടത് ഇതാണ്. എല്ലാ ദിവസവും പ്രധാനമാണ്. മുന്നൊരുക്കവും പ്രധാനമാണ്. ഇനിയുള്ളതു പഠിക്കാനുള്ള മാനസികനില തയ്യാറാക്കലാണ്. അതെന്തിനാണ് ഇനിയുമൊരു തയ്യാറെടുക്കലെന്നു തോന്നാം. കാര്യമിതാണ്. നാം പഠിക്കാൻ തീരുമാനിച്ചു, ക്ലാസ്സുകൾ ആരംഭിക്കാൻ ഇനിയും ഒരാഴ്ച സമയമുണ്ടെന്നും കരുതു. ഇപ്പോൾ മുതൽ മനസൊരുക്കം തുടങ്ങാം. അതിനായി ആദ്യം, മുൻപു പറഞ്ഞതു പോലെ ഒരു നോട്ട് ബുക്ക് എടുക്കണം. അത് ഇനി മുതൽ നമ്മുടെ തന്നെ മനസാണ്. നമ്മുടെ എല്ലാ പ്രശ്നങ്ങളും നമ്മളതിൽ അവതരിപ്പിക്കും. പരിഹാരം കണ്ടെത്തുകയും ചെയ്യും.

സ്വസ്ഥമായ ഒരു സമയം കണ്ടെത്തി ബുക്ക് തുറന്നു വച്ച് അതിൽ സ്വയം ചോദിക്കേണ്ട ചോദ്യങ്ങൾ എഴുതണം.

ചോദ്യം ഒന്ന്:

'എന്തിനാണു ഞാൻ പഠിക്കുന്നത്?'

ചോദ്യം രണ്ട്:

'എനിക്ക് പഠിക്കാൻ ഇഷ്ടമുണ്ടോ?'

ചോദ്യം മൂന്ന്:

'ആരാകുവാനാണ് ഞാനാഗ്രഹിക്കുന്നത്?'

ചോദ്യം നാല്:

'ഇനി മുതൽ പഠനത്തെ ഗൗരവമായിക്കാണുവാനും പഠിക്കുവാനും ഞാൻ തയ്യാറാണോ?'

ജയിക്കണം എനിക്ക്

ഈ ചോദ്യങ്ങൾക്ക് എത്ര മാത്രം സത്യസന്ധമായി ഉത്തരം നേടാനാകുമോ അത്രയും സത്യസന്ധമായി എഴുതുക. കാരണം ഈ പുസ്തകം മറ്റാരേയും കാണിക്കുവാനല്ല. സ്വയം ബോധ്യപ്പെടുവാനാണ്. ഈ പറഞ്ഞ ചോദ്യങ്ങൾക്ക് അനുകൂലമായ ഉത്തരമാണു ലഭിക്കുന്നതെങ്കിൽ കാര്യങ്ങൾ എളുപ്പമാണ്. ഇനി അനുകൂലമല്ലെങ്കിലോ? അവിടെ കാര്യങ്ങൾ തീരുമാനിക്കേണ്ടതുണ്ട്. എന്താണു നമ്മുടെ യഥാർത്ഥ താത്പര്യമെന്നറിയണം. പക്ഷേ, പത്താം തരം വരെയൊക്കെ നമ്മുടെ ഫാന്റസികളാവും നമ്മെ നയിക്കുക എന്നറിയണം. സിനിമയിലെ നായികാനായകന്മാരെ പോലെയാവില്ല യഥാർത്ഥ ജീവിതമെന്ന തിരിച്ചറിവിലേക്ക് മനസ് എത്തിയിട്ടുണ്ടാകില്ല. അത്തരം ഘട്ടത്തിൽ, അച്ഛനമ്മമാരുടെ, മുതിർന്ന സഹോദരങ്ങളുടെയൊക്കെ സഹായം തേടാം. എന്നിട്ട് ചോദ്യങ്ങളുടെ ഉത്തരം കണ്ടെത്താം.

ഇനി സ്വന്തം ആവശ്യമാണ് പഠനമെന്ന ചിന്ത മനസിലെത്തിയോ? എങ്കിൽ നിങ്ങൾ 75% വും വിജയിച്ചു കഴിഞ്ഞു. കാരണം, ആ ചിന്തയില്ലാത്തതുകൊണ്ടാണ് പഠനമൊരു രസംകൊല്ലിയാകുന്നത്. പഠനം കീറാമുട്ടിയാകുന്നത് മറ്റുള്ളവർക്ക് വേണ്ടി അതു ചെയ്യാൻ നിർബന്ധിക്കപ്പെടുമ്പോഴാണ്. നമുക്ക് വേണ്ടിയാണ് ഇക്കാര്യങ്ങൾ നിർവഹിക്കുന്നതെന്നു തോന്നുമ്പോൾ ഓരോന്നിനോടും നമുക്ക് താത്പര്യം ഉണ്ടാവുക സ്വാഭാവികം. നമുക്കു പ്രയാസമുള്ള വിഷയങ്ങൾ തന്നെ ഉദാഹരണമായി ചൂണ്ടിക്കാണിക്കാം. ആ വിഷയത്തിൽ ഇടപെടുവാൻ നമുക്ക് ഇഷ്ടമില്ലാതിരിക്കുമ്പോൾ തന്നെ അത് മനസ്സിലാക്കാനും നമ്മൾ മടികാണിക്കും. ഇവിടെ, ആ മനോഭാവത്തിനു മാറ്റമുണ്ടായാൽ നിങ്ങൾ പകുതി ജയിച്ചു.

നാലു ചോദ്യങ്ങൾക്കും ഉത്തരമെഴുതിക്കഴിഞ്ഞാൽ വേണ്ടത് രണ്ട് കാര്യങ്ങളാണ്. ഒരു വർഷത്തെ പഠനകാലത്തിൽ ഉത്സാഹം കുറയാതെ കാത്തു വയ്ക്കണം. ഒപ്പം ആരോഗ്യവും. സ്ഥിരോത്സാഹം കുറയാതെ കാക്കുവാൻ സ്വന്തം ലക്ഷ്യത്തെ എന്നും ഓർക്കുകയും അതിന്റെ പുരോഗതി വിലയിരുത്തുകയും വേണം. അതു നിത്യേന ഉറങ്ങും മുൻപ് ബുക്കിൽ എഴുതി വയ്ക്കുകയും വേണം. അടുത്തത് ആരോഗ്യത്തെക്കുറിച്ചുള്ള ബോധമാണ്. ജങ്ക് ഫുഡുകൾ വല്ലപ്പോഴും മാത്രമെന്നു നിശ്ചയിക്കണം. ഒപ്പം വ്യായാമം നിത്യജീവിതത്തിന്റെ ഭാഗമാക്കുവാൻ ചെറുപ്പത്തിലേ ശീലിക്കണം. ഒരു പത്തു മിനിട്ട് സമയം പ്രാണായാമത്തിനു കൂടി കണ്ടെത്തി

യാൽ ഭാവി ജീവിതത്തിൽ അതു വലിയൊരു അനുഗ്രഹമായി ത്തീരും. അതിനായി മുതിർന്നവരുടെ സഹായം തേടാവുന്നതാണ്. വ്യായാമം അൽപ്പനേരമാണെങ്കിൽ കൂടി അതൊരു ശീലമാക്കുക തന്നെ ചെയ്യണം. അതു ശാരീരകമായ രീതികൾക്കു പുറമേ മാനസികമായ ആരോഗ്യവും വർദ്ധിപ്പിക്കും.

ചെറുപ്പത്തിൽ തന്നെ ശീലിക്കേണ്ടതും തിരിച്ചറിയേണ്ടതുമായ പ്രധാന വസ്തുതയാണ് 'സ്വന്തം സമയം' എന്ന ആശയം. സ്വന്തം സമയമെന്നത് അവനവനു വേണ്ടി മാത്രമുള്ള സമയമാണ്. ദിവസവും അല്പസമയം പഠനേതര വായനയ്ക്കോ, പാട്ടു കേൾക്കലിനോ, പാട്ടുപാടുന്നതിനോ നൃത്തത്തിനോ, പച്ചക്കറി തോട്ടമൊരുക്കാനോ അങ്ങനെ, നമുക്ക് ചെയ്യുവാനിഷ്ടമുള്ള എന്തെങ്കിലുമൊരു കാര്യം ചെയ്യുക. അര മണിക്കൂർ മതിയാകും. പക്ഷേ, അത് നമ്മളെ ഏറെ ഊർജ്ജസ്വലരാക്കും. ഉള്ളിൽ സന്തോഷം നിറയ്ക്കും. അതു കൂടുതൽ ഉത്സാഹത്തോടെ പഠനത്തിൽ മുന്നേറാൻ നമ്മെ സഹായിക്കും.

3
പ്രയത്നിക്കുക, നേട്ടം കൊയ്യുക

ക്ലാസുകൾ ആരംഭിച്ചാൽ ആദ്യം നിശ്ചയിക്കേണ്ട ഒന്നുണ്ട്, അതു ക്ലാസ്മുറിയിലെ പഠനത്തെ എങ്ങനെ പരമാവധി ഉപയോഗിക്കാമെന്നതിനെക്കുറിച്ചാണ്. വിദ്യാർത്ഥികൾ ഇക്കാര്യം എന്തിനാണ് ചിന്തിച്ച് വെറുതെ തലപുണ്ണാക്കുന്നത് എന്നാണോ? എന്നാൽ ഇക്കാര്യത്തിൽ ആഗോള വിദ്യാഭ്യാസ വിചക്ഷണന്മാർ അടിവരയിട്ടു പറയുന്ന കാര്യമുണ്ട്, ക്ലാസ് മുറികളെക്കുറിച്ച് വിദ്യാർത്ഥികൾ തന്നെയാണ് മനസിലാക്കേണ്ടതും, അതനുസരിച്ചു പ്രവർത്തിക്കേണ്ടതും.

എന്തിനെന്നു പറയാം.

1. ഒരു വിദ്യാർത്ഥി ഒരു ദിവസം അവന്റെ സമയത്തിൽ ഏറ്റവും കൂടുതൽ ചിലവിടുന്നത് സ്കൂളിലോ കോളേജിലോ ആണ്. വിദ്യാർത്ഥികളുടെ ഇവിടുത്തെ യഥാർത്ഥ മുതൽമുടക്ക് സമയമാണ്. ആ സമയം പരമാവധി ഉപയോഗിക്കുക എന്നതാണ് ഏറ്റവും ബുദ്ധിപരമായ തീരുമാനം.

2. ക്ലാസിൽ വച്ചു മനസിലാകുന്ന പാഠഭാഗങ്ങൾ പഠിക്കുവാനായി പിന്നീട് അധികസമയം വിനിയോഗിക്കേണ്ടി വരില്ല.

3. അങ്ങനെ ലഭിക്കുന്ന അധിക സമയം, അസൈൻമെന്റുകളും പ്രോജക്റ്റുകളും ചെയ്യുന്നതിൽ കൂടുതൽ കാര്യങ്ങൾ കണ്ടെത്താനോ, റിവിഷൻ ചെയ്യുവാനോ ഉപയോഗിക്കുവാനാകും.

4. വിദ്യാർത്ഥികളുടെ ഉള്ളിൽ ഉഴപ്പാനൊരു ആഗ്രഹം ഒളിഞ്ഞിരിപ്പുണ്ടാവും. അതിനാൽ അധ്യാപകർ ക്ലാസ്സിൽ വരാതിരുന്നാലോ പാഠം മുഴുവൻ പഠിപ്പിക്കാതിരുന്നാലോ ഒക്കെ അതിലൊരു ചെറിയ സന്തോഷമൊക്കെ തോന്നുകയും ചെയ്യും. പഠിപ്പിക്കാത്ത ഭാഗം, പരീക്ഷ വരട്ടെ, അപ്പോൾ നോക്കാമെന്നൊരു ചിന്തയും വരും. ഈ ചിന്ത യഥാർത്ഥത്തിൽ അവനവന് എതിരായതാണെന്ന് എപ്പോഴെങ്കിലുമോർത്തിട്ടുണ്ടോ? അങ്ങനെയെങ്കിൽ ആദ്യം

തന്നെ ആ ചിന്തയും ഉപേക്ഷിക്കാം.

ഇനി എങ്ങനെയാണു ക്ലാസ് മുറികളിലെ വിലപ്പെട്ട സമയം ഏറ്റവും ഫലപ്രദമായി ഉപയോഗിക്കുക എന്നു നോക്കാം.

ക്ലാസിലേക്ക് ചെല്ലും മുൻപ് ഇന്ന് എന്താണു പഠിപ്പിക്കേണ്ടത് എന്ന് അധ്യാപകർക്ക് നിശ്ചയമുണ്ടാകും. അതുപോലെ തന്നെ പ്രധാനമാണ് വിദ്യാർത്ഥികൾക്കും. എന്താണ് പഠിക്കാൻ പോകുന്നത് എന്നതിനെക്കുറിച്ചൊരു ധാരണ അവരിലും ഉണ്ടായിരിക്കണം. അങ്ങനെ വരുമ്പോൾ കുറഞ്ഞ സമയത്തിൽ തന്നെ വിഷയത്തിലേക്ക് പെട്ടെന്നു തന്നെ കടന്നു കയറുവാൻ സാധിക്കും. ഒരു മണിക്കൂർ ദൈർഘ്യമുള്ള ക്ലാസുകളിൽ പരമാധി വിവരങ്ങൾ ഗ്രഹിക്കണമെങ്കിൽ പഠനം വിദ്യാർത്ഥികളുടെ ആവശ്യമായിരിക്കണം. അല്ലെങ്കിൽ അധ്യാപകർക്ക് അവരുടെ ജോലി തീർത്തു പോയാൽ മതി. അപ്പോൾ ആവശ്യം നമ്മുടേതാണെന്ന ബോധമുണ്ടാവുക എന്നതാണ് ആദ്യപടി.

ക്ലാസ് സമയത്തിനും അല്പം മുൻപായിത്തന്നെ ക്ലാസിലെത്തുക. കൈയിൽ ഏതൊക്കെ വിഷയങ്ങളുണ്ടോ അവയുടെ ടെക്സ്റ്റ് ബുക്കും നോട്ട്ബുക്കും ഉണ്ടായിരിക്കണം. ഇനി ഒരു ലക്ചർ നോട്ട് എഴുതുവാനുള്ള നോട്ട്ബുക്കോ അതുമല്ലെങ്കിൽ ഫയൽ ചെയ്ത പേപ്പറോ കൈയിലുണ്ടാകണം. അതുപോലെ ആവശ്യത്തിന് പേന, പെൻസിൽ, സ്കെയിൽ തുടങ്ങിയവയും ഉണ്ടാകണം.

ക്ലാസിൽ അധ്യാപകൻ എത്തിയാൽ എത്രയും വേഗം അദ്ദേഹം പഠിപ്പിക്കുന്ന വിഷയം ശ്രദ്ധാപൂർവ്വം കേട്ടു തുടങ്ങണം. പലപ്പോഴും കുറച്ചു സമയം ഒരു കാര്യം ശ്രദ്ധിച്ചിരിക്കുമ്പോൾ ഉറക്കം വരുവാനോ ശ്രദ്ധ പാളുവാനോ സാധ്യതയുണ്ട്. അതിനൊരു മാർഗ്ഗമുള്ളത് ആക്ടീവ് ലിസണിങ് ശീലിമാക്കുക എന്നതാണ്. അതായത്, സംശയങ്ങൾ ചോദിച്ചും അഭിപ്രായങ്ങൾ അവതരിപ്പിച്ചും, എന്നാൽ വിഷയത്തിൽ നിന്നും വഴി മാറാതെയും പഠനത്തിൽ പങ്കാളിയാവുക.

അടുത്തത് ക്ലാസ് നോട്സ് കുറിച്ചെടുക്കുകയാണ്. അതിന് ഏതെങ്കിലുമൊരു മെതേഡ് സ്വീകരിക്കാം. സാധാരണ ഗതിയിൽ ഉപയോഗിക്കുന്ന രണ്ട് രീതികളിൽ ഒന്ന് ക്ലസ്റ്റർ മെതേഡും മറ്റൊന്ന് കെർണൽ മെതേഡുമാണ്. വേണമെങ്കിൽ നമ്മുടെ പഠനരീതിക്ക് അനുസരിച്ച് മറ്റൊരു രീതി സ്വയം കൊണ്ടുവരികയുമാകാം.

ഏതു രീതി ആയാലും അതു സ്ഥിരമായി പിന്തുടരാൻ ശീലിക്കണം. കാരണം ഒരേ പാറ്റേണിലെ വിവരങ്ങൾ കൂടുതൽ സമഗ്രമായി മസ്തിഷ്ക്കം സൂക്ഷിച്ചുവയ്ക്കും. ക്ലാസിൽ ശ്രദ്ധിച്ചിരിക്കുന്നതിനൊപ്പം ക്ലാസ് ആക്ടിവിറ്റികളിലും പങ്കാളിത്തമുറപ്പു വരുത്തുക.

ഇനി ഏറ്റവും പ്രധാനപ്പെട്ട കാര്യം, എങ്ങനെയാണ് ക്ലാസ് നോട്സ് എഴുതേണ്ടത്? എന്നതാണ്. ക്ലാസ് നോട്സ് പഠനത്തിന്റെ ഏറ്റവും പ്രധാനപ്പെട്ട കാര്യമാണ്. ക്ലാസിൽ പഠിപ്പിക്കുന്നത് കേട്ടുപോയാൽ അത് അത്ര വേഗം തന്നെ മറന്നു പോകും. അതൊഴിവാക്കുവാൻ സഹായിക്കുന്നുവെന്നതു മാത്രമല്ല ക്ലാസ് നോട്സിന്റെ പ്രയോജനം. കൂടുതൽ കാലം ഓർമ്മയിൽ നിൽക്കുവാനും ഒപ്പം പരീക്ഷയുടെ സമയത്ത് വേഗത്തിലുള്ള റിവിഷന് അത് സഹായിക്കുകയും ചെയ്യും.

പഴയ കാലമല്ല ഇന്ന്. മഷി ഒലിക്കുന്ന പേനകളും തെളിയാത്ത ബോൾ പെന്നുകളുമല്ല നമുക്കുള്ളത്. മാറിയ കാലത്തിൽ മാറിയ നോട്ട് തയ്യാറാക്കൽ സാമഗ്രികൾ ഉപയോഗിച്ച് ഏറ്റവും പ്രയോജനപ്രദമായ, അതിശയിപ്പിക്കുന്ന ക്ലാസ് നോട്സ് നമുക്ക് സൃഷ്ടിക്കാം. ഒപ്പം പരീക്ഷയ്ക്ക് അതിശയിപ്പിക്കുന്ന റിസൾട്ടിലേക്കു കുതിക്കാം.

അതിനായി വേണ്ടത്.

1. പേപ്പർ
2. പേപ്പർ ഫയൽ
3. കറുപ്പ് / നീലപ്പേന
4. സ്റ്റിക്കി നോട്സ് (രണ്ടോ മൂന്നോ നിറങ്ങളിലുള്ളത്)
5 സ്ക്കെച് പേനകൾ മൂന്ന് നിറം
6. ഹൈലൈറ്റർ പേന (2 നിറം)
7. സ്ക്കെയിൽ
8. ഇറേസർ
9. പെൻസിൽ
10. ഷാർപ്പ്നെർ
11. നോട്ട് ബുക്കുകൾ (വിഷയത്തിനനുസരിച്ച് ഓരോന്ന്)

നോട്ട്ബുക്കിനു പകരം പേപ്പർ മതിയെന്നു പറയുവാനുള്ള കാരണം, കൊണ്ടു നടക്കുവാനുള്ള സൗകര്യവും., ആവശ്യാനുസരണം പേജുകൾ കൂട്ടിച്ചേർക്കാം എന്നതുമാണ്. ഓരോ വിഷയത്തിനും പ്രത്യേകമായി നോട്സ് തയ്യാറാക്കേണ്ടതുണ്ട്.

നോട്സ് എഴുതുന്നത് ക്ലാസ്സിലിരുന്നാണെങ്കിലും അതിന്റെ തയ്യാറെടുപ്പാരംഭിക്കേണ്ടത് വീട്ടിൽ വച്ചാണ്. മുതിർന്ന ക്ലാസിൽ സിലബസ് കയ്യിൽ കരുതേണ്ടതുണ്ട്. ഓരോ അധ്യായത്തിലും സിലബസിൽ പറഞ്ഞിരിക്കുന്ന കാര്യങ്ങൾ ടെക്സ്റ്റ് ബുക്കിൽ പറഞ്ഞിട്ടുണ്ടോ എന്ന് ആദ്യം നോക്കേണ്ടതുണ്ട്. പ്ലസ് ടു ലെവൽ വരെ ടെക്സ്റ്റ് ബുക്കുകൾ മാത്രം മതിയാകും എന്നാൽ കോളേജു തലത്തിൽ ടെക്സ്റ്റ് ബുക്കുകളിൽ ഉൾക്കൊള്ളുന്നതു മാത്രമാകില്ല സിലബസിൽ പറയുക. ഇവിടെ നമ്മുടെ ക്ലാസ് നോട്സ്, സിലബസ് പൂർണമായും ഉൾക്കൊള്ളുന്ന നോട്ടാണ്.

ക്ലാസിലേക്കു പോകും മുമ്പ് ആദ്യം ചെയ്യേണ്ടത്, സ്റ്റിക്കി നോട്ടിലെ ഒരു പേപ്പറിൽ സിലബസ് പ്രകാരമുള്ളതും ടെക്സ്റ്റ് ബുക്കിൽ പറയുന്നതുമായ പ്രധാന ഹെഡിങ്ങുകൾ വൃത്തിയായി ബുള്ളറ്റ് ഇട്ട് എഴുതുകയെന്നതാണ്. ഒന്നാം അധ്യായത്തിൽ എന്തൊക്കെയാണു കടന്നു വരുന്നതെന്ന് ആ ബുള്ളറ്റ് പോയിന്റുകൾ പെട്ടെന്നു തന്നെ കാണിച്ചു തരും. അതായത് ആ അധ്യായത്തിൽ സിലബസിൽ ഉൾപ്പെട്ട ഒന്നും വിട്ടു പോയിട്ടില്ല എന്നുറപ്പു വരുത്താനാകുമെന്നു ചുരുക്കം

ഇനി പ്രധാനമായും മൂന്നു തരത്തിലാണു നോട്സ് തയ്യാറാക്കുക.

1. ഔട്ട് ലൈൻ മെതേഡ്
2. കെർണൽ മെതേഡ്
3. ക്ലസ്റ്റർ മെതേഡ്

വിഷയങ്ങൾക്കനുസരിച്ച് നോട്ട് തയ്യാറാക്കുന്ന രീതിയും വ്യത്യാസപ്പെടുത്തേണ്ടി വരും. ഉദാഹരണത്തിന് ഹിസ്റ്ററി, പൊളിറ്റിക്സ്, സൈക്കോളജി തുടങ്ങിയ വിഷയങ്ങളിൽ നോട്ട് തയ്യാറാക്കുന്ന രീതിയല്ല സയൻസ് വിഷയങ്ങൾക്കു വേണ്ടത്.

ഇനി ഔട്ട് ലൈൻ മെതേഡ് എന്താണെന്നു നോക്കാം. വളരെ ലളിതമായ രീതിയാണിത്. പേജിനെ രണ്ടായി തിരിക്കുക. ആദ്യ ഭാഗത്ത് ഹെഡിങ് എഴുതുക. മറുഭാഗത്ത് അതിന്റെ വിശദീകരണവും. അത് ആരോ മാർക്കും, ബുള്ളറ്റും ഒക്കെ ഉപയോഗിച്ച് കൂടുതൽ പോയിന്റുകൾ ചേർത്തു വിശദമാക്കാം. തലക്കെട്ടുകൾ നിശ്ചിത കളർ ഹൈലൈറ്റർ ഉപയോഗിച്ചു പെട്ടെന്നു ശ്രദ്ധ കിട്ടും വിധം തയ്യാറാക്കാം. അതുപോലെ പുതിയ വാക്കുകൾ ഏതെങ്കിലും ഒരു നിറത്തിലെ കളർ പെൻ ഉപയോഗിച്ച് എഴുതാം.

അല്പം സ്ഥലം ഒഴിച്ചിട്ട് അടുത്ത പുറത്തിലേക്കു കടന്നാൽ, വീട്ടിൽ വച്ചു കൂടുതൽ വായിക്കുമ്പോൾ ചേർക്കേണ്ട പോയിന്റുകൾ ചേർക്കാനുമാകും. ഇത് വളരെ ലളിതമായ ഒരു രീതിയാണ്.

ഇനി കെർണൽ മെതേഡ് എന്താണെന്നു നോക്കാം. ഇവിടെ ഒരു പേജിനെ മൂന്നായി ഭാഗിക്കുകയാണ്. ആദ്യം ഇടതു ഭാഗത്ത് സാധാരണയിലും അല്പം കൂടി വീതിയിൽ ഒരു മാർജിൻ വരയ്ക്കുക. ഇനി താഴെയും ഒരു ഭാഗം കുറച്ചു വീതിയിൽ മാറ്റിയെടുക്കണം. ഈ മാർജിനിലിൽ തലക്കെട്ടുകൾ നൽകാം. വലതു ഭാഗത്ത് അവയുടെ വിശദീകരണവും. അധ്യാപകർ പറയുന്ന പോയിന്റുകളും പുതിയ വാക്കുകളും ഇവിടെ എഴുതുക. പുതിയ വാക്കുകൾ കളർ പെൻ കൊണ്ട് എഴുതുകയോ ഹൈലൈറ്റ് ചെയ്യുകയോ വേണം. കഴിയുന്നത്ര ചുരുക്കി വേണം എഴുതാൻ. പുസ്തകത്തിലുള്ള നിർവചനങ്ങൾ ക്ലാസിൽ വച്ച് എഴുതാതെ സ്ഥലം വിട്ടേക്കുക. പെൻസിൽ കൊണ്ട് അത് സൂചിപ്പിക്കുക. അതുപോലെ ഡയഗ്രമോ ചിത്രങ്ങളോ വേണ്ടതുണ്ടെങ്കിലും ധൃതി പിടിച്ച് എഴുതേണ്ട. പെൻസിൽ കൊണ്ട് വരച്ചിട്ടാൽ മതി. വീട്ടിലെത്തിയ ശേഷം അവ നല്ല രീതിയിൽ സ്കെയിലും മറ്റും ഉപയോഗിച്ച് ഭംഗിയായി പൂർത്തിയാക്കാം. ചിലപ്പോൾ ഒരു കാര്യം പഠിപ്പിക്കുമ്പോൾ അതിലെ പോയിന്റുകൾ പൂർണമായും ഒരുമിച്ച് കിട്ടിയെന്നു വരില്ല. അവിടെ സ്റ്റിക്കി നോട്ടിലെ പേപ്പറിൽ അഡീഷണൽ പോയിന്റുകൾ ഭംഗിയായി എഴുതി മുകളിൽ ഒട്ടിച്ചു വയ്ക്കാം. കുറച്ചു ഭാഗം മാത്രം ഒട്ടിയിരിക്കുന്നതിനാൽ അടിയിൽ എഴുതിയത് വായിക്കുവാനും പ്രയാസമില്ല. ഇനി ഒരു പേജിൽ പറഞ്ഞിരിക്കുന്ന കാര്യങ്ങളുടെ ചുരുക്കം സ്വന്തം വാക്കിൽ താഴെ ഒഴിച്ചിട്ട ഭാഗത്ത് എഴുതിച്ചേർക്കണം. ഒപ്പം ആ വിഷയത്തിൽ അധ്യാപകർ തരുന്ന അസൈൻമെന്റ് സബ്മിഷൻ ഡേറ്റും, ടെസ്റ്റ് പേപ്പർ ഡേറ്റും ഒരു സ്റ്റിക്കി പേപ്പറിൽ എഴുതി ഒട്ടിച്ചാൽ ആവശ്യം കഴിഞ്ഞത് മാറ്റാനുമാകും. അതേ സമയം നമ്മൾ മറക്കുകയുമില്ല.

ഇനി ക്ലസ്റ്റർ മെതേഡ്. ഇവിടെ പേജ് മാർജിൻ ഉപയോഗിച്ച് വിഭജിക്കുന്നില്ല. മറിച്ച്, പേജിനു നടുവിൽ പ്രധാന പോയിന്റ് എഴുതണം. അവയ്ക്കു ചുറ്റും സബ് പോയിന്റുകൾ. അവയിൽ നിന്നും ബ്രാഞ്ചുകളായി മറ്റ് വിവരങ്ങൾ എഴുതാം. ഇത് ഉപന്യാസം എഴുതുമ്പോൾ പോയിന്റുകൾ മറന്നു പോകാതിരിക്കുവാൻ പ്രയോഗിക്കാവുന്ന ഒരു രീതിയാണ്.

ജയിക്കണം എനിക്ക്

ക്ലാസ് നോട്സ് എന്നാണു പറയുന്നതെങ്കിലും ക്ലാസ് നോട്സ് ആരംഭിക്കുന്നതും അവസാനിക്കുന്നതും വീട്ടിൽ വച്ചാണെന്നു മറക്കരുത്. ഇന്നു പഠിച്ച കാര്യം ഇന്നു രാത്രിയോ പരമാവധി പിറ്റേന്നു തന്നെയോ എഴുതി പൂർത്തിയാക്കണം. ഇങ്ങനെ എഴുതുന്നതിനിടയിൽ തന്നെ അവ മനഃപാഠമാക്കാൻ ശ്രമിച്ചു നോക്കൂ. ഇത്തരം രീതികൾ വിഷയത്തെ കൂടുതൽ അടുപ്പിക്കാൻ നമ്മെ സഹായിക്കും. ഓരോ തരത്തിലും ഹൈലൈറ്റ് ചെയ്യുന്ന അക്ഷരങ്ങൾ പോലും നമ്മുടെ ഓർമ്മയിൽ തെളിഞ്ഞു നിൽക്കും. അത് പരീക്ഷയെഴുതുന്ന സമത്ത് മനസ്സിൽ നിറഞ്ഞു നിൽക്കുകയും ചെയ്യും.

മറ്റൊരു നോട്ടുബുക്കിൽ ഓരോ വിഷയത്തിലും അതാത് അധ്യായങ്ങളിലെ ചോദ്യങ്ങൾ എഴുതി സൂക്ഷിക്കണം. ഇതിൽ ഉത്തരങ്ങൾ എഴുതേണ്ടതില്ല. ചോദ്യങ്ങളുടെ ഉത്തരം പ്രത്യേകം എഴുതി ശീലിക്കാം. എന്നാൽ പഴയ ചോദ്യപേപ്പറുകളിൽ നിന്നും ശേഖരിക്കുന്ന ചോദ്യങ്ങൾ അധ്യായം അനുസരിച്ചു വിഭജിച്ചാൽ പരീക്ഷ സമയത്ത് ചോദ്യപ്പേപ്പറുകൾ ഒന്നും എടുക്കുകയോ നോക്കുകയോ വേണ്ടി വരില്ല. വളരെ അടുക്കും ചിട്ടയോടും കൂടി നമ്മുടെ രണ്ടു നോട്ടുബുക്കുകളിൽ കാര്യങ്ങളുണ്ടാവും. നോട്ട് എഴുതുമ്പോൾ ശ്രദ്ധിക്കേണ്ടത് വൃത്തിയായി എഴുതണമെന്നതാണ്. കാരണം നോട്ട് എഴുതി തീർന്നിട്ട് അതിലെഴുതിയിരിക്കുന്നതെന്താണെന്നു കണ്ടു പിടിക്കാൻ സ്വയം സാധിച്ചില്ലെങ്കിൽ അധ്വാനം പാളി. അതുപോലെ വീട്ടിൽ ചെന്ന് വൃത്തിയായി എഴുതാം എന്നു തീരുമാനിക്കുന്നതും തെറ്റാണ്. കാരണം അത് അനാവശ്യമായി സമയം കളയലാണ്.

ക്ലാസ് നോട്സ് എഴുതുന്ന ശീലം കൊണ്ടു വന്നാലുണ്ടാകുന്ന പ്രധാന നേട്ടം

1. ക്ലാസിൽ കയറണ്ട എന്നൊരു ചിന്ത ഒഴിവാകും.

2. ക്ലാസിൽ എങ്ങനെയെങ്കിലുമിരുന്നാൽ മതിയെന്ന ചിന്തയും മാറും.

3. പഴയതിലും കൂടുതൽ ശ്രദ്ധ ക്ലാസ് സമയത്ത് ഓരോ വിദ്യാർത്ഥിയിലും ഉണ്ടാകും.

4. അധ്യാപകർ ഏതെങ്കിലും ഭാഗം വിട്ടു പോയാൽ അവരെ അത് ഓർമ്മിപ്പിക്കുവാൻ സാധിക്കും.

5. നോട്സിൽ തന്നെ റഫർ ചെയ്ത് എടുത്ത വിവരങ്ങൾ

ഉണ്ടെങ്കിൽ അവ രേഖപ്പെടുത്തുവാനും പേജ് നമ്പറും പുസ്തകത്തിന്റെ വിവരവും സൂക്ഷിച്ചാൽ പിന്നീട് നോക്കേണ്ട ആവശ്യം വന്നാൽ എവിടെയും അന്വേഷിച്ച് പോകണ്ടി വരില്ല.

6. നോട്സ് എഴുതുമ്പോൾ സംശയങ്ങളുണ്ടാകും. അത് ഒരു സ്റ്റിക്കി നോട്ടിൽ എഴുതി പേജിൽ അപ്പോൾ തന്നെ ഒട്ടിക്കുക. കഴിയുന്നത്ര വേഗം അത് മനസിലാക്കി, അതു കുടി ഉൾക്കൊള്ളിച്ചു നോട്ട് പൂർത്തിയാക്കാം. ഈ നോട്സുകളെല്ലാം തന്നെ പിന്നീട് റിവിഷൻ സമയത്ത് ഏറെ ഗുണപ്രദമാകും. ഓർമ്മശക്തി നിലനിർത്തുന്നതിൽ ഈ നോട്സിന് ഏറെ പ്രാധാന്യമുണ്ട്. വിശദമായ വായനകളിലേക്കും പഠനത്തിലേക്കും കടക്കും മുന്നേ മുന്നൊരുക്കത്തിനും ഇതു സഹായിക്കും.

വിവര സാങ്കേതികവിദ്യ മാറിമറിയുന്നത് നിമിഷങ്ങൾ കൊണ്ടാണ്. അതനുസരിച്ച് വിദ്യാഭ്യാസ രീതികളും മാറുന്നു. ഓൺലൈൻ ക്ലാസുകൾ സാർവ്വത്രികമാകുന്നു. ഒപ്പം വിദ്യാർത്ഥികൾ പുസ്തകങ്ങൾക്കു പകരം, ലാപ്ടോപ്പോ ടാബോ ഉപയോഗിക്കുന്നതു വർദ്ധിക്കുന്നു. ആ സാഹചര്യത്തിൽ ക്ലാസ് നോട്സ് എങ്ങനെ എഴുതുമെന്നു കൂടി നോക്കാം.

പരമ്പരാഗത രീതിയിൽ പേനയും പേപ്പറും തമ്മിലുരസുന്ന കിരുകിരുപ്പ് ഉണ്ടായാലേ കാര്യങ്ങൾ ഓർമയിൽ നിൽക്കു എന്നില്ല. പകരം, ക്ലാസിൽ അധ്യാപകർ പഠിപ്പിക്കുമ്പോൾ അത് ടൈപ്പ് ചെയ്തു പോയാലും മതി. അങ്ങയെയാകുമ്പോൾ ഡയഗ്രം ഒക്കെ നിമിഷം കൊണ്ട് വൃത്തിയായി വരയ്ക്കുവാനും പല നിറങ്ങൾ കൊണ്ടു ഹൈലൈറ്റ് ചെയ്യാനുമൊക്കെ സാധിക്കും. മാത്രവുമല്ല, ഹൃദയത്തെക്കുറിച്ചാണു പഠിക്കുന്നതെങ്കിൽ ആ ചിത്രം ഡൗൺലോഡ് ചെയ്ത് കൂടുതൽ വിവരങ്ങൾ ഉൾക്കൊള്ളിക്കുവാനും സാധിക്കും. ഒരു കാര്യം മാത്രം ഓർക്കുക, ഓൺലൈൻ ക്ലാസ് സമയത്ത് വിദ്യാർത്ഥികളുടെ ശ്രദ്ധ പതറാൻ നിരവധി മാർഗ്ഗങ്ങൾ മുന്നിലുണ്ട്. അധ്യാപകർ പോലും അറിയാതെ അതിലേക്ക് മാറാനുമാവാം. ഓൺലൈൻ ക്ലാസിനിടയ്ക്ക് വാട്ട്സ്ആപ്പിൽ ഒരു സന്ദേശം വന്നാൽ എടുത്തു നോക്കാൻ മനസ് മന്ത്രിക്കുന്നതു പോലെ, ശ്രദ്ധ നഷ്ടപ്പെടുത്തുന്ന നിരവധി കാരണങ്ങൾ മുന്നിൽ നിന്നു മാടിവിളിച്ചേക്കാം. എന്നാൽ, ഈ സോഷ്യൽ മീഡിയ പ്രവർത്തനങ്ങളിൽ നിന്നും വിട്ടു നിൽക്കേണ്ടത് അവനവന്റെ ആവശ്യമാണെന്ന് സ്വയം തിരിച്ചറിയണം.

ജയിക്കണം എനിക്ക്

ക്ലാസ് റൂമുകൾ ഏറ്റവും ഫലപ്രദമായി ഉപയോഗിക്കുക എന്ന താണ് ഉത്തരവാദിത്വബോധമുള്ള വിദ്യാർത്ഥികൾ ചെയ്യേണ്ടത്. കാരണം, പിന്നീടു നമ്മൾ ഇതേ ക്ലാസ്സുകൾക്കായി മറ്റു സ്ഥാപന ങ്ങളേയോ വ്യക്തികളേയോ ആശ്രയിക്കുന്നതു വഴി സമയനഷ്ട വും ധനനഷ്ടവുമാണ് സൃഷ്ടിക്കുക. അതുപോലെ തന്നെ സ്പൂൺ ഫീഡിങ് രീതിയിൽ എല്ലാം പറഞ്ഞു തന്നാലേ പഠിക്കൂ എന്ന വാശി വലിയ ക്ലാസ്സുകളിലും കോഴ്സുകളിലും നമ്മെ എവിടെ യും എത്തിക്കില്ല. മറിച്ച് സ്വന്തം നിലയിൽ ഹൈസ്ക്കൂൾ തലം മുതലെങ്കിലും പഠിക്കുന്ന ഒരു വിദ്യാർത്ഥിക്ക് ഉപരിപഠനത്തിലും ഉന്നത പഠനത്തിലും വളരെയേറെ ഉയരത്തിലെത്തി ചേരുവാ നാകും.

കാരണം, പഠനമെന്നത് സ്വയം ചെയ്യേണ്ടുന്ന ഒരു കാര്യമാണ്. പ്രയത്നിക്കുക, നേട്ടം കൊയ്യുക അതാണു വിജയത്തിലേക്കുള്ള ഏറ്റവും ലളിതമായ മുദ്രാവാക്യം.

4
ഓർമശക്തി വർദ്ധിപ്പിക്കാം

ഓർമശക്തിയും പഠനവുമായി അഭേദ്യമായ ബന്ധമാണുള്ളത്. മറവിയെന്ന വാക്ക് ഒരിക്കലെങ്കിലും ഉരുവിടാത്ത ഒരു വിദ്യാർത്ഥിയുമുണ്ടാകില്ല. എങ്ങനെ ഓർമശക്തി വർദ്ധിപ്പിക്കാമെന്നും അതുവഴി എങ്ങനെ കൂടുതൽ മാർക്ക് നേടാമെന്നും നോക്കാം. ചില വിദ്യാർത്ഥികൾ പരീക്ഷ എഴുതിയിറങ്ങുമ്പോൾ ഏറെ സങ്കടപ്പെടുന്നത് ഒരു ചെറിയ പ്രശ്നത്തിന്റെ പേരിലാണ് 'ആ പേജ് പോലും ഓർമയുണ്ട്. പക്ഷേ, ആ വാക്കു മാത്രം കിട്ടിയില്ല.'

ഇതുപോലുള്ള സങ്കടങ്ങൾ ഇനി വേണോ നമുക്ക്?

ഒരല്പം ശ്രമം. അതിന്റെ ഫലം വളരെ വലുതാണ്.

സാധാരണഗതിയിൽ നമ്മുടെ ഓർമശക്തിയുടെ വെറും പത്തു ശതമാനമാണു നാം പ്രയോജനപ്പെടുത്താറ്. ആ പത്തു ശതമാനത്തിലെ വിവരങ്ങളിൽ നാല്പ്പതു ശതമാനവും നമുക്കൊരു ആവശ്യവുമില്ലാത്ത കാര്യങ്ങളുമാണ്. ചെറിയ പരിശ്രമം കൊണ്ട് ഇതിൽ വലിയ മാറ്റങ്ങളുണ്ടാക്കുവാൻ സാധിക്കും.

ഇന്ത്യയുടെ അഭിമാനമായ ശകുന്തളാ ദേവി, കമ്പ്യൂട്ടറിനേക്കാൾ വേഗതയിൽ കണക്കുകൂട്ടുകയും സംഖ്യകൾ ഓർത്തു വയ്ക്കുകയും ചെയ്തിരുന്നു. അതു പോലെ വർഷാവർഷം ലോക മെമ്മറി അത്‌ലറ്റുകളിൽ വിജയികളാകുന്നവർ, എത്ര വലിയ സംഖ്യകളാണ് ഓർത്തു വയ്ക്കുന്നത്. ഇനി ചിലർ വാക്കുകൾ എങ്ങനെ ക്രമം, തെറ്റിച്ച് വച്ചാലും ക്രമമനുസരിച്ച് അത് ഓർത്തെടുക്കും. ഇതൊക്കെ എങ്ങനെയാണ്. പരിശീലനമെന്ന് ഒറ്റവാക്കിൽ പറയാം. പക്ഷേ, യഥാർത്ഥത്തിൽ ഓർമനില നിർത്തുവാൻ ചില ടെക്നിക്കുകളുണ്ട്. ആ വിദ്യകളാണ് നമുക്കറിയേണ്ടതും പഠിക്കേണ്ടതും പരിശീലിക്കേണ്ടതും.

നമ്മൾ കമ്പ്യൂട്ടറിൽ ഒരു വലിയ പാരഗ്രാഫ് ടൈപ്പ് ചെയ്തു. എന്നിട്ടത് സേവ് ചെയ്യാതെ കമ്പ്യൂട്ടർ ഷട്ട്ഡൗൺ ചെയ്തു.

എന്താണ് ഫലം? നമ്മൾ ടൈപ്പ് ചെയ്തത് അപ്പാടെ പോയി. അതു സേവ് ചെയ്തിരുന്നുവെങ്കിൽ ഡിലീറ്റ് ചെയ്യാത്തിട ത്തോളം ആ ഫയൽ അതിലുണ്ടാകും. ഇതു തന്നെയാണ് ഓർമ യുടേയും പിന്നിൽ. ഒരു പാഠഭാഗം നാം വായിച്ചു. അത് അടച്ചു വച്ചു. എന്ത് സംഭവിക്കും? ആദ്യത്തെ കുറച്ചു സമയം കുറേയൊ ക്കെ കാര്യങ്ങൾ ഓർമ്മയിലുണ്ടാകും. പിന്നെ, പതുക്കെ പതുക്കെ അതു മറവിയിലേക്ക് ആണ്ടു പോകും. എന്നാൽ അത് ഓർത്തു വയ്ക്കാൻ എന്താണു മാർഗം എന്നല്ലേ?

അതിലൊരു ചെറിയ ശാസ്ത്രമുണ്ട്. അതിങ്ങനെ പറയാം.

ഇന്ന് പഠിക്കുന്ന കാര്യം 24 മണിക്കൂറിൽ ഒരുവട്ടം കൂടി വായി ക്കുക. പിന്നീട് ഒരാഴ്ചക്കുള്ളിൽ ഒന്നു കൂടി, ഇനി ഒരു മാസ ത്തിൽ ഒന്നു കൂടി. ഇനി പരീക്ഷയ്ക്കു തൊട്ടു രണ്ട് ദിവസം മുൻപ്, പരീക്ഷയുടെ തലേന്ന്. ഇതിൽ എത്ര വട്ടം നമ്മൾ ആവർ ത്തിച്ചു വായിച്ചുവെന്നത് ശ്രദ്ധിക്കുക. ആദ്യ വായനയ്ക്കു ശേഷം, ചുരുങ്ങിയത് അഞ്ചു പ്രാവശ്യം. ഇത് ആദ്യ അധ്യായത്തെക്കുറി ച്ചാണെന്നു ചിന്തിക്കുക. പ്ലസ്‌വൺ കെമിസ്ട്രിയിലെ, Law of Chemical Combination തന്നെ എടുക്കാം. ഇതിൽ പ്രധാനമായും നാലു കാര്യങ്ങളുണ്ട്

1. Law of conservation of mas
2. Law of definite proportion
3. Law of multiple proportion
4. Gay Lussac's law of gaseous volume

ഈ നാലു പോയിന്റും ക്ലാസിൽ വിശദീകരിച്ചു. ഇനി ഇതെ ങ്ങനെ മറക്കാതെ ദീർഘകാലം ഓർമയിൽ നിർത്തും? കാരണം, ഇത് ആദ്യത്തെ അധ്യായമാണ്. അത് ഓണപ്പരീക്ഷക്കും, ക്ലാസ് ടെസ്റ്റിനും ചോദിക്കും, ഒപ്പം ക്രിസ്മസ് പരീക്ഷയ്ക്കും പഠിക്ക ണം, കൂടാതെ മോഡൽ പരീക്ഷയ്ക്കും, പിന്നെ വർഷാവസാന പരീക്ഷയ്ക്കും പഠിക്കണം. ഇത്ര കാലം ഇതെങ്ങനെ ഓർമ്മയിൽ നിർത്തുമെന്നു നോക്കാം.

നമ്മൾ ക്ലാസിൽ ശ്രദ്ധിച്ചു കേട്ടു. അത് ക്ലാസ് നോട്സ് ആക്കി മാറ്റി. വീട്ടിലെത്തി, ക്ലാസ് നോട്സ് പൂർത്തിയാക്കി. ഇനി ആ പാഠം പഠിച്ചു. പ്രധാന പോയിന്റുകൾ എഴുതി പഠിച്ചു. ശരി, ഇനി തൊട്ടടുത്ത ദിവസം ആ ദിവസത്തെ പഠനത്തിനു ശേഷം, തലേ ദിവസം പഠിച്ചത് ഒന്നുകൂടി നോക്കുക, പിന്നെ ഒരാഴ്ചയ്ക്കുള്ളിൽ

ഒരു തവണ കൂടി, ഒരു മാസമാകുമ്പോഴേക്കും ക്ലാസ് ടെസ്റ്റ് വരാം, എങ്കിൽ അതിനോടനുബന്ധിച്ച്, അല്ലെങ്കിൽ നമ്മൾ സ്വയം നടത്തുന്ന ചാപ്റ്റർ തോറുമുള്ള ടെസ്റ്റ് പേപ്പറിൽ ഇതേ ചോദ്യത്തിനു കാണാതെ ഉത്തരമെഴുതുക. തുടർന്ന് മൂന്ന് മാസം കൂടുമ്പോൾ ആവർത്തിക്കുക. മതി ഇനി ആ പഠിച്ചത് മറക്കണമെങ്കിൽ ഒരു തരത്തിലും സാധിക്കില്ല.

ഇത്രയും വായിച്ചപ്പോൾ ചിലർക്കു തോന്നാം ഹൊ! എത്ര വട്ടം റിവൈസ് ചെയ്തു. അതൊരു വലിയ ബുദ്ധിമുട്ടാണ് എന്നൊക്കെ. എന്നാൽ അതിനും വഴിയുണ്ട്. പക്ഷേ, അല്പം പരിശീലനം ആവശ്യമാണ്. ഫോട്ടോഗ്രാഫിക് മെമ്മറി എന്നു പറയുന്നതാണിവിടെ നമ്മളെ സഹായിക്കുക.

ചിലർ ഒരു കാര്യം ഒരു വട്ടം കണ്ടാൽ/വായിച്ചാൽ ഫോട്ടോ എടുത്തു വച്ചതു പോലെ കാണാതെ എഴുതിത്തരും. അതെന്തു മാജിക് എന്നു നമ്മൾ അതിശയിക്കും. അതാണു ഫോട്ടോഗ്രാഫിക് മെമ്മറി. ഇതെങ്ങനെ വശത്താക്കാമെന്നു നോക്കാം. എന്നും രാത്രി ഉറങ്ങുവാൻ കിടന്നാൽ, വെറുതേ രാവിലെ മുതൽ നടന്ന കാര്യങ്ങൾ ഓർത്തെടുക്കുക. എഴുന്നേറ്റത്, പഠിച്ചത്, ഭക്ഷണം കഴിച്ചത് അങ്ങനെ ഉറങ്ങും വരെ നടന്ന ഓരോന്നും ഓർക്കുക. അത് ക്രമത്തിലോർക്കണം.

രണ്ടു മൂന്നു ദിവസമിതു തുടരുക. നാലാം ദിവസം ഉണരുമ്പോൾ തന്നെ മനസ്സൊരു ഓർമ്മപ്പെടുത്തൽ നടത്തും. രാത്രി കിടക്കുമ്പോൾ ഓർക്കേണ്ടതുണ്ട്, ഇതു കൂടി ഓർക്കൂ എന്ന്. അതായത് അതൊരു ശീലമായി മാറുകയാണെന്നു സാരം. ഇങ്ങനെയൊരു ശീലം രൂപപ്പെട്ടാൽ പിന്നെ, കാര്യങ്ങൾ വളരെ എളുപ്പമാണ്. അടുത്ത ഘട്ടത്തിൽ, പഠിച്ച കാര്യങ്ങൾ ഓർത്തെടുക്കുവാൻ തുടങ്ങാം. അതായത്, രാവിലെ ക്ലാസിൽ പഠിപ്പിച്ച ഡയഗ്രം, അത് വൈകിട്ട് വീണ്ടും വരയ്ക്കുകയും എഴുതുകയും ചെയ്തതാണ്. അതു കിടക്കുന്ന സമയത്ത് ഒന്നോർക്കുക. ഇത് കൂടുതൽ വിഷമമുള്ള വിഷയങ്ങളിലേക്ക് ആദ്യം കൊണ്ടുവരരുത്. കാരണം, ആദ്യമതു ശീലമാകണം, പിന്നെ അത്തരത്തിൽ ഓർക്കാൻ തനിക്കാവുമെന്ന ആത്മവിശ്വാസം വരണം, അത്രയുമായാൽ വിഷമമേറിയ ഭാഗങ്ങൾ ഓർക്കാൻ ശ്രമിക്കാം. ഈ ടെക്നിക്ക് കൊണ്ടു മറ്റൊരു ഗുണവുമുണ്ട്. ഉറങ്ങുന്നതിനു തൊട്ടുമുമ്പ് ഓർക്കുന്നവ കൂടുതൽ ആഴത്തിൽ മനസിൽ പതിയും. ഇനി നിങ്ങളറിയാതെ തന്നെ സൂക്ഷ്മമായി

ഓർത്തെടുക്കുന്ന വിദ്യ നിങ്ങളിലെത്തും. ഇനി ഓർമശക്തി വർദ്ധിപ്പിക്കുവാനുള്ള ചില പരമ്പരാഗത സാധാരണവിദ്യകൾ കൂടി പരിചയപ്പെടാം.

ഉച്ചത്തിൽ വായിക്കുക.

ഇത് ശാസ്ത്രീയമായി തെളിയിക്കപ്പെട്ടതാണ്. ഉച്ചത്തിൽ വായിക്കുന്നവ കൂടുതൽ നന്നായി ഓർമയിൽ തങ്ങും. അതുപോലെ ആ വായനയിലൊരു താളം കണ്ടെത്തിയിലോ? ഓർമ്മയിൽ കൂടുതൽ തങ്ങും. പഠിക്കുമ്പോൾ കൂടുതൽ നേരം ഒരേ ഇരുപ്പിരുന്ന് ഒരേ വിഷയം പഠിക്കരുത്.

മറിച്ച്, നമ്മുടെ ശ്രദ്ധ എത്ര നേരം നന്നായി നിൽക്കുമെന്നു നോക്കുക. എന്നിട്ട് അതനുസരിച്ച് പഠന സമയം ക്രമപ്പെടുത്തുക. ഒരു മണിക്കൂർ തുടർച്ചയായി ശ്രദ്ധ ഇടറാതെ പഠിക്കുവാൻ മിക്കവർക്കും കഴിയാറില്ല. അങ്ങനെയുള്ളപ്പോൾ ഒരു മണിക്കൂർ പഠിക്കുമ്പോൾ നമുക്കു ഗുണകരമായിക്കിട്ടുന്ന സമയം പകുതിയായിരിക്കും. അതിനാൽ, എത്ര സമയം നമുക്ക് ശ്രദ്ധ നിലനിർത്താനാകുമെന്ന് നിശ്ചയിക്കണം എന്നിട്ട് അതനുസരിച്ചു സ്ലോട്ടുകളാക്കി വേണം പഠിക്കുവാൻ. അതായത് 20 മുതൽ 30 മിനിട്ട് വരെ പഠിച്ചാൽ ഒരഞ്ചു മിനിട്ട് ഒന്നു നടന്നിട്ടു വരാം. ആ സമയം ടിവി കാണാനോ മൊബൈൽ എടുക്കാനോ ശ്രമിക്കരുത്. വെള്ളം കുടിക്കാം, ഇത്തിരി സമയം കണ്ണടച്ച് പഠിച്ചതോർക്കാം. ചെറിയ ബ്രേക്കുകൾ തലച്ചോറിനു കൂടുതൽ ഉണർവ്വു നൽകും.

അതുപോലെ തന്നെ ഒരേ വിഷയം ഏറെ നേരം തുടർച്ചയായി പഠിക്കരുത്. മറിച്ച്, ഒരു ദിവസത്തെ ടൈം ടേബിളിൽ ചുരുങ്ങിയത് മൂന്നോ അതിലധികമോ വിഷയങ്ങൾ ഉണ്ടാകണം. അപ്പോൾ കൂടുതൽ ഉത്സാഹത്തോടെ പഠനം മുന്നോട്ടു കുതിക്കും. ഇനി ഇതു കൂടാതെ, രണ്ടു രീതിയിൽ കാര്യങ്ങൾ കേട്ടും, കണ്ടും പഠിക്കാം. കേട്ടു പഠിക്കുന്ന രീതിയേക്കാൾ വിഷ്വലുകളായി കാര്യങ്ങൾ ഗ്രഹിക്കുന്നത് ദീർഘകാലം ഓർമയിൽ തങ്ങിനിൽക്കും.

ഒരു ചെറിയ പരീക്ഷണം ചെയ്തു നോക്കാം.

താഴെ പത്തു വാക്കുകൾ നൽകുന്നു. അവ ഒറ്റത്തവണ മാത്രം വായിക്കുക. എന്നിട്ട് അത് കാണാതെ ഓർമ്മയിൽ നിന്നും എഴുതി നോക്കുക.

വാക്കുകൾ ഇവയാണ്

1. കസേര, 2. മത്തങ്ങ, 3. കുപ്പി, 4. പുസ്തകം, 5. ആന, 6. കൈ

തച്ചക്ക 7. ഫാൻ, 8. ചിക്കൻ, 9, മേശ, 10, ചെരിപ്പ്.

എഴുതി നോക്കിയോ? എത്ര എണ്ണം എഴുതാൻ പറ്റി?

അഞ്ചിനും ഏഴിനും ഇടയിൽ വാക്കുകൾ സാധാരണഗതിയിൽ എഴുതുവാൻ സാധിക്കും.

ഇനി, അടുത്ത രീതി. അതിൽ വെറുതേ വാക്കുകൾ പറയുകയല്ല, മറിച്ച് വിവരിക്കുകയാവും ചെയ്യുക.

'ഒരാൾ തന്റെ വെളുത്ത ബെൻസ് കാറിൽ പാഞ്ഞു വരുന്ന വഴി, ഒരു കുതിര എതിരേ പാഞ്ഞു വന്നു. പെട്ടെന്ന് ഒരു വലിയ തണ്ണിമത്തൻ കുതിരയുടെ പുറത്തു വീണു. ആ തണ്ണിമത്തൻ ഉരുണ്ടുരുണ്ട് ഒരു പോലീസുകാരനെ തട്ടി പൊട്ടിച്ചിതറി. പോലീസുകാരന്റെ ദേഹമാകെ തണ്ണിമത്തനായി. അയാൾ നോക്കുമ്പോൾ മുന്നിലൊരു മുയൽ. ആ മുയലിനെ അയാൾ എടുത്തു. പക്ഷേ, അതു ചാടി ഒരു വീട്ടിൽക്കയറി. അവിടെ ഒരു വലിയ കേക്കുണ്ടായിരുന്നു. മുയൽ അതിൽ വീണു. കേക്ക് ചിതറിത്തെറിച്ചു. അപ്പോൾ ആ വീട്ടിലെ പെൺകുട്ടി വീടുവിട്ടു പോയി. ആ സമയത്ത് ആകാശത്തൊരു മഴവില്ലുണ്ടായി. ആ മഴവില്ലിൽ നിന്നും ധാരാളം ചോക്‌ലേറ്റു താഴെ വീണു. അതു തിന്നാൻ ഒരു ജിറാഫ് വന്നു. ആ ജിറാഫ് ചോക്‌ലേറ്റ് തിന്നു മത്തുപിടിച്ച് ഓടിപ്പോയി. അപ്പോൾ ഒരു പട്ടി എതിരേ വന്നു. ആ പട്ടി ഒരു തൊപ്പി വച്ചിരുന്നു. ആ തൊപ്പിയിൽ ഒരു നക്ഷത്രമുണ്ടായിരുന്നു. ആ നക്ഷത്രം അതുവഴി വന്ന ഒരു തത്ത റാഞ്ചിയെടുത്തു...'

വായിച്ചു കഴിഞ്ഞോ? എങ്കിൽ അതിലെ വാക്കുകൾ ഒന്നെഴുതി നോക്കു. പത്തിനു പകരമതിലെ പതിനഞ്ചു വാക്കുകളും ഓർമയിലുണ്ടാകും.

ശരിയാണ്, ഇതു വായിക്കുമ്പോൾ തോന്നാം എന്തൊരു അബദ്ധങ്ങളാണെന്ന്. എന്നാൽ ഇത്തരം അബദ്ധങ്ങൾ ഓർമയിൽ നന്നായി തങ്ങിനിൽക്കും എന്നതാണു സത്യം. ഇനി ഒട്ടേറെക്കാര്യങ്ങൾ അടുക്കും ചിട്ടയുമായി ഓർത്തെടുക്കുവാൻ എന്താണു വഴിയെന്നു ചിന്തിച്ചിട്ടില്ലേ? അതിനുള്ള മാർഗമാണ് മെമ്മറി പാലസ്.

നമുക്ക് വളരെ പരിചിതമായ ചില കാഴ്ചകളുമായി പഠിക്കേണ്ട കാര്യങ്ങൾ ക്രമത്തിൽ ലിങ്ക് ചെയ്തു ചിന്തിക്കുക. ഇതെങ്ങനെ ചെയ്യാം എന്നു കൂടി നോക്കാം.

ആദ്യമായി, സ്വന്തം വീട്ടിലെ ചില കാര്യങ്ങൾ ക്രമത്തിൽ ഓർത്തെടുക്കാം.

ഉദാ: മുൻ വാതിൽ, ഡ്രോയിങ് റൂമിലെ കസേര, ബുക്ക് ഷെൽഫ്, ടിവി, ഇനി നിങ്ങളുടെ മുറിയിൽ, കട്ടിൽ, മേശ, ഫാൻ.

മതി. ഇത്രയും കാര്യങ്ങൾ വളരെ വിശദമായിത്തന്നെ ഓർക്കുക. വാതിൽ എങ്ങനെയുള്ളതാണ്, കസേരയുടെ പൊസിഷൻ, അതിന്റെ പ്രത്യേകതകൾ, അങ്ങനെ ഓരോന്നും പ്രത്യേകം പ്രത്യേകം മനസിലാക്കി, സ്വയം അതിനൊരു ക്രമം നിശ്ചയിച്ച് ഓർമയിൽ വയ്ക്കുക. ഇനി, നമുക്ക് കുറേ വസ്തുതകൾ ക്രമമായി പഠിക്കണമെന്നിരിക്കട്ടെ. ആദ്യത്തെ വസ്തുതയെ ആദ്യത്തെ വസ്തുവുമായി ബന്ധപ്പെടുത്തുക. അങ്ങനെ ഓരോന്നും. ഇനി വീട്ടിലെ മുൻവാതിലിനെക്കുറിച്ചോർക്കുമ്പോൾ ആദ്യമോർക്കേണ്ട വസ്തുത ഓർമയിലെത്തും. ഇതും ഒരല്പം പരിശീലനമാവശ്യമായതാണ്.

ഓർമശക്തിക്ക് അത്യാവശ്യമായ ചില ഘടകങ്ങൾ കൂടിയുണ്ട്.

1. ഉറക്കം

എത്ര പഠിക്കുന്നുവെന്നതിലല്ല. അത് ഓർത്തു വയ്ക്കുവാൻ തലച്ചോറിന് വിശ്രമം ആവശ്യമാണ്. അതിനാൽ തന്നെ ശരിയായ പാറ്റേണിലെ ഉറക്കം അത്യാവശ്യമാണ്. എന്നും നിശ്ചിത സമയത്തു ഉറങ്ങുവാൻ കിടക്കുകയും ഉണരുകയും ചെയ്യുക പ്രധാനമാണ്. ഗുണമേന്മയുള്ള ഉറക്കം ഓർമശക്തിക്ക് അത്യാവശ്യമാണ്

2. വ്യായാമം

വ്യായാമം വിദ്യാർത്ഥികൾക്കോ എന്നു നെറ്റി ചുളിക്കണ്ട. ഏതെങ്കിലും ഗെയിമിൽ ഏർപ്പെടുന്നതോ, ഓടുന്നതോ സൈക്കിൾ ചവിട്ടുന്നതോ നീന്തുന്നതോ ഒക്കെ ഗുണം ചെയ്യും. പക്ഷേ, അതു കൃത്യമായി ചെയ്യണമെന്നു മാത്രം.

3. മസ്തിഷ്ക വ്യായാമം

ശരീരത്തിന്റെ വ്യായാമം പോലെ പ്രധാന്യമുണ്ട്, തലച്ചോറിന്റെ വ്യായാമത്തിനും. പസിലുകൾ, പദപ്രശ്നങ്ങൾ, ബ്രെയിൻ ഗെയിംസ് തുടങ്ങിയവ തലച്ചോറിന്റെ പ്രവർത്തനത്തെ കൂടുതൽ ഉദ്ദീപിപ്പിക്കും.

4. ആരോഗ്യകരമായ ബന്ധങ്ങൾ

ഊഷ്മളമായ കുടുംബബന്ധങ്ങളാണുള്ളതെങ്കിൽ അത്തരം വിഷയങ്ങളിൽപ്പെട്ടു മനസ് അസ്വസ്ഥമാകില്ല. കൂട്ടുകാരെ തിരഞ്ഞെടുക്കുമ്പോഴും അതു ശ്രദ്ധിക്കേണ്ടതുണ്ട്.

5. മെഡിറ്റേഷൻ

ഏകാഗ്രത വർദ്ധിപ്പിക്കുവാൻ ഏറ്റവും സഹായിക്കുന്ന ഒന്നാണ് മെഡിറ്റേഷൻ. ഏതെങ്കിലും ഒരു വസ്തുവിലേക്ക് ശ്രദ്ധയോടെ നോക്കിയിരിക്കുകയോ, കണ്ണടച്ചിരിക്കുകയോ ചെയ്യാം. ദിവസം 10 മിനിറ്റ് ധാരാളം മതിയാകും. അതു നിശ്ചിത സമയത്തു തുടർച്ചയായി ചെയ്യേണ്ടതുണ്ട്.

6. ആരോഗ്യകരമായ ഭക്ഷണക്രമം

സാധാരണഗതിയിൽ വിദ്യാർത്ഥികൾക്ക് ഇഷ്ടം മധുരവും കൊഴുപ്പും കൂടിയ ഭക്ഷണങ്ങളാവും. എന്നാൽ ധാരാളം പച്ചക്കറികളും, ഫലങ്ങളും ഭക്ഷണത്തിൽ ഉൾപ്പെടുത്തണം. നല്ല ഭക്ഷണം നല്ല ആരോഗ്യത്തിന് കാരണമാകും. ഒമേഗ ഫാറ്റി ആസിഡ് ഓർമ്മ വർദ്ധിപ്പിക്കും.

വിദ്യാഭ്യാസമെന്നത് കടുകട്ടിയായ ഒന്നല്ല. മറിച്ച് ആനന്ദത്തോടെ കടന്നു പോകേണ്ട കാലഘട്ടമാണ്. അതിനു വേണ്ടി ചില ടെക്നിക്കുകൾ ആവശ്യമാണ്. ഓർമ വർദ്ധിപ്പിക്കുവാൻ, ഏകാഗ്രത വർദ്ധിപ്പിക്കുവാൻ, പഠിക്കുവാനുള്ള മാനസികനിലയുണ്ടാകുവാൻ. അത് വിജയത്തിലേക്കുള്ള മുദ്രകളാണ്.

5

ഏകാഗ്രത പരിശീലിക്കുന്നത് ഇങ്ങനെ

ഓർമശക്തിയെക്കുറിച്ചു പറയുമ്പോൾ കുട്ടി വായിക്കേണ്ട മറ്റൊരു പദമുണ്ട്. ശ്രദ്ധ അല്ലെങ്കിൽ ഏകാഗ്രത. ഓർമ നിലനിൽക്കുവാൻ ഏകാഗ്രത വേണം. ഓർമ നിലനിന്നാലേ പഠിച്ചതുകൊണ്ടുള്ള ഗുണം കിട്ടുകയുമുള്ളൂ. എല്ലാവർക്കും അറിയുന്ന ചില കാര്യങ്ങളുണ്ട്. എന്നും നിശ്ചിത സമയം പഠിക്കണം, അതിൽ ഉഴപ്പുവാൻ പാടില്ല എന്നൊക്കെ. എന്നാലോ, പുസ്തകമെടുത്താലുടൻ ഉറക്കം വരും. അല്ലെങ്കിൽ ബോറടിക്കും, അതുമല്ലെങ്കിൽ ശ്രദ്ധ പോകും. എന്താണു കാരണം?

ശ്രദ്ധ അഥവാ ഏകാഗ്രതയില്ല.

അതിന്റെ കാരണം എന്താണ്?

നിരന്തരമായി ശ്രദ്ധയില്ലാതിരിക്കുവാൻ പരിശീലിച്ചതിന്റെ ഫലമായി മസ്തിഷ്കം കൃത്യമായി അതിനനുസരിച്ചു പ്രവർത്തനമാരംഭിച്ചു. അത്ര തന്നെ.

ആരെങ്കിലും ശ്രദ്ധ നഷ്ടപ്പെടുത്തുവാൻ പരിശ്രമിക്കുമോ?

മനഃപൂർവ്വം ചെയ്യില്ല. പക്ഷേ, നിരന്തരം ചെയ്യുന്നത് അതാണെങ്കിലോ?

ഒരു ചെറിയ പരീക്ഷണം ചെയ്തു നോക്കാം. ഒരു വ്യക്തിയെ പത്തു മിനിട്ടു നേരം ഒരു മുറിയിൽ ഒറ്റയ്ക്കാക്കുക.

കൈയ്യിൽ മൊബൈൽ നൽകാം, ലാപ്ടോപ്പ് നൽകാം കൂടാതെ, മുറിയിൽ ടിവിയും നൽകാം. പത്തു മിനിട്ടല്ല രണ്ടു മണിക്കൂർ കഴിഞ്ഞാലും അയാൾക്കു യാതൊരു പരാതിയും ഉണ്ടാകില്ല. ചുരുങ്ങിയ പക്ഷം വിശക്കുന്നതു വരെ അയാൾ എൻഗേജ്ഡ് ആയിരിക്കും. ഇനി, ഇതേ പരീക്ഷണം മറ്റൊരു വിധത്തിൽ ചെയ്യാം. ഇതേ വ്യക്തിയോട് 15 മിനിട്ട് സമയം ഒറ്റക്കിരിക്കുവാൻ ആവശ്യപ്പെടുക. മൊബൈൽ, ടി വി, ലാപ്ടോപ്പ്, തുടങ്ങി എല്ലാ സംഗതികളും മുറിയിൽ നിന്നും മാറ്റുക. ഇനി അയാൾ എങ്ങനെ

പെരുമാറുന്നുവെന്നു ശ്രദ്ധിക്കുക. (ഇത് സ്വയം പരീക്ഷിക്കാവുന്നതുമാണ്.) പരമാവധി രണ്ട് മിനിറ്റ് പലവിധ ചിന്തകളിൽ മുഴുകി അടങ്ങിയൊതുങ്ങി ഇരുന്നുവെന്നു വരാം. രണ്ടു മിനിട്ടിനുള്ളിൽ അസ്വസ്ഥത ആരംഭിക്കും. ഇല്ലാത്ത ഫോൺ പലവട്ടം അന്വേഷിക്കും. കൈകൾക്ക് വല്ലാത്ത ഒരു അസ്വാഭാവികത തോന്നും. കാരണമറിയാത്ത എന്തോ ഒന്ന് മനസിൽ നിറയും. ടിവി ഇല്ല. ചുമരിൽ നോക്കിയിരിക്കാൻ ആകുമോ? അവിടെ ഒരു പുസ്തകമുണ്ട്. വളരെ രസകരമായ ഒന്ന്. കോമിക് പുസ്തകം. പക്ഷേ, അതിലും ശ്രദ്ധ നിൽക്കില്ല. എങ്ങനെയെങ്കിലും പുറത്തു കടക്കണമെന്നാകും ചിന്ത.

എന്താണ് ഇവിടെ സംഭവിച്ചത്? 10 മിനിട്ട് പറഞ്ഞിട്ട് രണ്ടു മണിക്കൂർ വരെ ഒറ്റയ്ക്കിരുന്നപ്പോൾ ഇല്ലാതിരുന്ന പരവേശം ഇപ്പോൾ എങ്ങനെയുണ്ടായി?

ആദ്യത്തെ സാഹചര്യത്തിൽ, താൻ മുറിയിൽ ഒറ്റയ്ക്കാണെന്ന ചിന്ത ഒരിക്കലും അയാളിൽ ഉണ്ടായില്ല. കാരണം, ശാരീരികമായി മാത്രമായിരുന്നു ഒറ്റപ്പെടൽ. സദാ മൊബൈലിൽ ചാറ്റ് ചെയ്തു, ഫേസ്ബുക്ക് ഫീലിങ് അപ്ഡേറ്റ് ചെയ്തു, ഇൻസ്റ്റയിൽ ഒറ്റപ്പെടലിന്റെ ഫോട്ടോ ഇട്ട്, അതും പോരാഞ്ഞു ടിവി ഉച്ചത്തിൽ വച്ച്, അങ്ങനെ ഒരു നിമിഷം പോലും അയാൾ സ്വസ്ഥമായി ഇരുന്നിട്ടില്ല. ഈ രീതിയിൽ, ഒരു ദിവസമല്ല, ദിവസങ്ങൾ, മാസങ്ങൾ, വർഷങ്ങളായി നമ്മൾ ഒരു സെക്കന്റ് സ്വസ്ഥമായിരിക്കുന്നില്ല എന്നു തിരിച്ചറിയുവാൻ സാധിക്കുന്നുണ്ടോ?

രാവിലെ എഴുന്നേറ്റ ഉടൻ തന്നെ, കണ്ണുതിരുമ്മി തുറന്ന് ആദ്യം നോക്കുന്നതു ഫേസ്ബുക്കിലേക്കാണ്. പിന്നെ നൂറു കണക്കിന് കോൺടാക്ടുകളിലേക്കും, ഗ്രൂപ്പുകളിലേക്കും മോണിങ് മെസേജുകൾ പറത്തണം. തീർന്നോ? ഇല്ല, ഇനി പല്ലുതേപ്പും കുളിയുമൊക്കെ ചടപടാന്നാണ്. ഭക്ഷണം കഴിക്കുമ്പോൾ ഒരു കൈയിൽ മൊബൈൽ പിടിക്കാം.

ഇനി ക്ലാസിൽ വന്നാൽ? അധ്യാപകൻ എന്തു കസർത്തു കാണിച്ചാലും മനസ് അതിൽ തങ്ങില്ല. കാരണം മനസിന് കൂടുതൽ പരിചയം മറ്റൊന്നാണ്. അപ്പോൾ അധ്യാപകൻ കാണാതെ ഫോണിലേക്ക് നോക്കും. ഒരു കളവ് ചെയ്യുന്ന ഫീൽ ഉള്ളിൽ. അതിന്റെ ത്രിൽ.... രാത്രി പഠിക്കാനിരിക്കുമ്പോൾ,

'ഹായ്, മച്ചാ പുതിയ വിശേഷമറിഞ്ഞോ?' സുഹൃത്താണ്.

നോക്കണം. പഠനം? പുസ്തകം മാറ്റിവച്ചു. സമയം കടന്നു പോകുന്നതറിയില്ല. പാതിരാവിലെപ്പോഴോ ഉറക്കം. ഇതിനിടയിൽ പൊട്ടി മുളയ്ക്കുന്ന പ്രണയങ്ങൾ (വെറും സമയം പോക്ക്)

ഇതിലൂടെയാണ് ഒരു ശരാശരി വിദ്യാർത്ഥി കടന്നു പോകുന്നതെന്നു പറഞ്ഞാൽ, മേൽപ്പറഞ്ഞത് പൂർണമായും അതിശയോക്തിയാണെന്ന് ആരെങ്കിലും പറയുമോ? പുറമേയ്ക്ക് സമ്മതിച്ചില്ലെങ്കിലും ഉള്ളിൽ അതു സമ്മതിക്കും. കാരണം ഏറിയും കുറഞ്ഞും ഇങ്ങനെയാണു നാം. മുതിർന്നവരും തെല്ലും വ്യത്യസ്തരല്ല. ജോലി സമയത്തു സാഹചര്യമില്ലാത്തതിനാൽ മാത്രം മൊബൈൽ ഫോൺ ഉപയോഗിക്കാത്തവരാണു പലരും.

ഇനി കാര്യത്തിലേക്ക്. എന്താണ് ഏകാഗ്രതയുടെ ശത്രുവെന്നു മനസിലായല്ലോ? അപ്പോൾ, ഇനി ആദ്യം മുതൽ ഒരു കാര്യം ആരംഭിക്കേണ്ടിയിരിക്കുന്നു. എന്താണെന്നോ?

ഏകാഗ്രതയുണ്ടാക്കുവാൻ പഠിക്കുക.

അതിനായി എന്തു ചെയ്യണം?

പ്രോഗ്രാം ചെയ്യണം. എങ്ങനെ?

ഒരു ഉദാഹരണം കൂടി പറയാം.

ടാക്സിക്കാറിൽ ഒരു യാത്ര പോവുകയാണ് എന്നു ചിന്തിക്കുക. ആദ്യം ഗ്ലാസിലൂടെ പുറം കാഴ്ചകൾ കാണും. കുറച്ചു കഴിഞ്ഞു സ്വന്തം മൊബൈലിൽ ശ്രദ്ധിക്കുകയോ, കണ്ണിന് അസ്വസ്ഥത തോന്നിയാൽ ഉറങ്ങുകയും ചെയ്യും.

ഇനി, ഇതേ യാത്ര സ്വയം ഡ്രൈവ് ചെയ്താണെങ്കിലോ?

കാഴ്ച കാണുന്നതിലോ ഉറങ്ങുന്നതിനോ ഒന്നുമായിരിക്കില്ല ശ്രദ്ധ മറിച്ച് റോഡിൽ തന്നെയാകും. ഇല്ലെങ്കിൽ, ഫലം അപകടമാകുമെന്ന ബോധ്യമുണ്ടല്ലോ.

ഇത് വെറും യാത്രയല്ല. സ്വന്തം ജീവിതയാത്രയാണെന്നു കരുതി നോക്കൂ. സ്വയം തീരുമാനിക്കുന്ന ലക്ഷ്യത്തിലേക്കാണു പോകേണ്ടതെങ്കിൽ ഡ്രൈവർ സീറ്റിൽ അവനവൻ തന്നെയിരിക്കണം. ചെയ്യുന്ന ഓരോ പ്രവർത്തിയിലും ശ്രദ്ധ വേണം. വരാവുന്ന അപകടങ്ങൾ മുൻകൂട്ടിക്കാണണം. മറ്റൊരാളുടെ പിഴവു കൊണ്ടു പോലും അവനവന് അപകടം പിണയാതെ നോക്കണം.

അങ്ങനെ വേണമെങ്കിൽ, ദാ ഇപ്പോൾ മുതൽ ഏകാഗ്രത പരിശീലിക്കുക തന്നെ വേണം. ഏകാഗ്രത ഒരു മസിലാണ് എന്നു തന്നെ കരുതുക. കൂടുതൽ പരിശീലിക്കുക, മസിൽ കൂടുതൽ

പവർഫുൾ ആക്കുക. അതെങ്ങനെയെന്നാണെങ്കിൽ, ഇതാ ഒരു പ്രാക്ടീസ് സെഷൻ.

ആദ്യം വീട്ടിൽ സ്വസ്ഥമായി ഒരിടം കണ്ടെത്തുക. മുറി എവിടെയുമാകട്ടെ. കട്ടിൽ വേണ്ട. അധികം ശബ്ദം കടന്നു വരരുത്. ഇനി, ഭക്ഷണം ആവശ്യത്തിനു കഴിച്ചിട്ടുണ്ടെന്നും ദാഹിക്കുന്നില്ലെന്നും ഉറപ്പുവരുത്തുക. ശാരീരികമായും തടസങ്ങൾ വരാതിരിക്കുവാനുള്ള മുൻകരുതലാണിത്. ഇനി മൊബൈൽ ഓഫ് ചെയ്ത് മറ്റൊരു മുറിയിൽ വയ്ക്കുക. ലാപ്ടോപ്പ്, കമ്പ്യൂട്ടർ, ടിവി തുടങ്ങി ഒന്നും പാടില്ല.

മേശപ്പുറത്ത് ഒരു വിഷയത്തിന്റെ ടെക്സ്റ്റും നോട്ടും പിന്നെ ഒരു വെള്ളപ്പേപ്പറും എടുക്കുക. ഒരു പേന, പെൻസിൽ സ്കെയിൽ ഹൈലൈറ്റർ/സ്കെച്ച് പെൻ ഇവയും വേണം. ഒരു അധ്യായം തുറക്കുക. സമയം ഒന്ന് കുറിച്ചു വയ്ക്കുക. ആ അധ്യായത്തിൽ എന്താണു വിശദീകരിക്കുന്നതെന്ന് ഓടിച്ചു നോക്കുക. ഇനി ആദ്യത്തെ പാരഗ്രാഫ് മുതൽ വായിക്കുക. മൗനമായ വായനയല്ല. അല്പം ഉച്ചത്തിൽ തന്നെ വായിക്കാം. ഇനി അതിലെ പോയിന്റുകൾ എഴുതാം, അണ്ടർലൈൻ ചെയ്യാനുള്ളത് അങ്ങനെ ചെയ്യാം. പക്ഷേ, വളരെ ആക്ടീവ് ആയി വേണം അത് ചെയ്യുവാൻ. ചിലർക്കു വായിക്കുമ്പോൾ താളം പിടിക്കുന്ന ശീലമുണ്ടാകും, ചിലർക്ക് നടന്നു വായിക്കണം, ചിലർക്ക് പാട്ട് വളരെ പതിഞ്ഞ ശബ്ദത്തിൽ കേൾക്കുന്നതാവും സഹായിക്കുക. അത്തരം ശീലങ്ങൾ മാറ്റാൻ ശ്രമിക്കരുത്. ഇനി പഠിച്ചത് നോട്ടിൽ എഴുതി നോക്കുക.

അടുത്ത പോയിന്റ് വളരെ പ്രധാനമാണ്. ഇങ്ങനെ പഠിക്കുന്നതിനിടയിൽ എപ്പോഴാണ് ആദ്യം പഠിക്കുന്നതിനപ്പുറമുള്ള ചിന്ത കടന്നു വന്നത്? അത് ആ വെള്ളപ്പേപ്പറിൽ നോട്ട് ചെയ്യുക. നോട്ട് ചെയ്തു കഴിഞ്ഞാൽ വേഗം വിഷയത്തിലേക്കു തന്നെ മടങ്ങുക. എപ്പോഴൊക്കെ മനസ് പിടി വിടുമ്പോഴും അത് ശ്രദ്ധിക്കുകയും എഴുതുകയും ചെയ്യുക. ഓരോ തവണയും നിർബന്ധമായും തിരിച്ച് വിഷയത്തിലേക്കു വരണം.

നമ്മൾ തലച്ചോറിനെ മറ്റൊരു തരം ഡിസ്ട്രാക്ഷൻ പഠിപ്പിക്കുകയാണ്. പോസിറ്റീവ് ഡിസ്ട്രാക്ഷൻ.

ഇനി സമയം നോക്കൂ. 20 മിനിറ്റ് ആയിക്കഴിഞ്ഞാൽ മതിയാക്കാം. പുറത്തു പോകാം. വേണമെങ്കിൽ എത്ര വട്ടം ശ്രദ്ധ തെറ്റി

യെന്നതു കാണാം. ആദ്യശ്രമത്തിൽ വളരെയധികം ഡിസ്ട്രാക്ഷൻ ഉണ്ടായിയെന്നു വരാം. പക്ഷേ, അതിൽ വിഷമിക്കണ്ട. നമ്മൾ ആരംഭിച്ചു കഴിഞ്ഞുവല്ലോ. ഇനി മുന്നേറാനാകും.

അടുത്തത് ഒരു പത്തു മിനിട്ട് ഇടവേളയ്ക്കു ശേഷം വീണ്ടും പഠിക്കുവാൻ തുടങ്ങുക. പഠിച്ചു നിർത്തിയതിന്റെ ബാക്കി തുടരാം. ഒരു ഇരുപതു മിനിട്ടു കൂടി. ഇനിയും ഒരു ബ്രേക്ക് എടുക്കാം. ഈ ഘട്ടത്തിൽ പഠിച്ചു കൊണ്ടിരിക്കുന്ന വിഷയം മാറ്റണം. മറ്റൊന്ന് എടുത്ത് ഒരു മണിക്കൂർ കൂടി ആദ്യത്തെ പോലെ ആവർത്തിക്കുക.

ഇനി വേണമെങ്കിൽ മൊബൈൽ എടുക്കാം.

ക്രമേണ സമയം കൂട്ടുക. ഒരു ദിവസം നാലു വിഷയങ്ങൾ വരെ പഠിക്കത്തക്കവിധം പ്ലാൻ ചെയ്യണം. പഠിക്കുമ്പോൾ ആക്ടീവായി പഠിക്കുക. അതായത്, വായിച്ച ഭാഗങ്ങളിൽ നിന്നും ചോദ്യമുണ്ടാക്കുക ഉത്തരം എഴുതുക, നീണ്ട ഉപന്യാസങ്ങൾക്ക് അതിലെ പോയിന്റുകളുടെ തലക്കെട്ടുവച്ച് ചെറിയ വരികൾ ഉണ്ടാക്കുക, അത് എത്ര രസകരമാക്കാമോ അത്രയും ഓർമയിൽ നിൽക്കും.

ഇനി ഓർമശക്തി കൂട്ടുന്നതിനെക്കുറിച്ചു പറഞ്ഞതു പോലെ തന്നെ ആരോഗ്യകരമായ ഭക്ഷണശീലവും, വ്യായാമവും, കൃത്യമായ ഉറക്കവും, മെഡിറ്റേഷനും ഇവിടെ ഏകാഗ്രത വർദ്ധിപ്പിക്കുവാനും സഹായിക്കും.

അടുത്തത് ഒരു പ്രവർത്തിയിൽ ഫോക്കസ് ചെയ്യുന്നതിന്റെ ആവശ്യകതയെക്കുറിച്ചാണ്. സ്കൂളിലെ ചെറിയ ക്ലാസുകളിൽ തന്നെ സൂര്യപ്രകാശം ഒരു ലെൻസിലൂടെ കടത്തിവിട്ട് കേന്ദ്രീകരിച്ചു കടലാസു കത്തിക്കാനാകുമെന്നത് പഠിച്ചിട്ടുണ്ടാകുമല്ലോ. എന്നാൽ വെറുതേ വെയിലത്തിട്ടാൽ കടലാസ് കത്തുകയുമില്ല. പല ദിശകളിലേക്കു ചിതറിപ്പോകുന്ന പ്രകാശരശ്മികൾ ഒരു ബിന്ദുവിൽ കേന്ദ്രീകരിക്കുമ്പോൾ അഗ്നിയുണ്ടാകുന്നു. അതുപോലെ, പല കാര്യങ്ങളിൽ ചിതറിപ്പോയ മനസിനെ ഒന്നിലേക്കു കേന്ദ്രീകരിക്കുമ്പോൾ നമുക്ക് ലക്ഷ്യം നേടാനാകുന്നു. പലരും ഒരേ സമയം പല വിധ ലക്ഷ്യങ്ങൾ മുന്നിൽ വയ്ക്കാറുണ്ട്. പ്ലാൻ എ, പ്ലാൻ ബി, പ്ലാൻ സി എന്നിങ്ങനെ. എന്നാൽ അവർക്ക് ലക്ഷ്യത്തിലേക്ക് എത്താൻ കഴിയുന്നുണ്ടോ? വ്യത്യസ്ത പ്ലാനുകൾ നല്ലതാണ്, അവ വിജയിക്കണമെങ്കിൽ ഏതെങ്കിലുമൊന്നിൽ ശ്രദ്ധിക്കണം.

ലോകത്തെ ഏറ്റവും വലിയ ധനാഢ്യന്മാരിൽ ഒരാളായ വാറൻ ബഫറ്റ് പറയുന്നത്, ഒരു സമയത്ത് ഒരു കാര്യത്തിൽ മാത്രം ശ്രദ്ധിക്കുവാനാണ്. പഠനകാലത്തെ ലക്ഷ്യം പഠനം മാത്രമായാൽ അതിന്റെ റിസൾട്ട് അതിശയകരമാകും. ആ ലക്ഷ്യം നിറവേറ്റണമെങ്കിൽ നാം അതിനു വേണ്ടി കാര്യമായി ശ്രമിക്കണം, ചില മുന്നൊരുക്കങ്ങൾക്ക് തയ്യാറെടുക്കണം. പഠനം ആരംഭിക്കുമ്പോൾ നമ്മുടെ ചുറ്റുപാടും പ്രചോദനാത്മകമാകണം എന്നതാണ് ഇതിലെ ആദ്യ കാര്യം. അതിനായി പഠനമുറി അത്തരത്തിൽ ഒരുക്കണം. ഉറങ്ങുമ്പോഴും ഉണരുമ്പോഴും വ്യക്തമായ ലക്ഷ്യം മനസിലുണ്ടാകണം. ഓരോ ചുവടും അതിലേക്കുള്ള ദൂരം കുറയ്ക്കുന്നതാകണം. പഠനം മുറുകുമ്പോൾ വാട്സ്ആപ്പ് ഒഴികെയുള്ള എല്ലാ സോഷ്യൽ മീഡിയ ആപ്പുകളും ഡീആക്ടിവേറ്റ് ചെയ്യണം. വാട്സ്ആപ്പ് പോലും ഒരു ദിവസം നിശ്ചിത സമയത്തു മാത്രമേ നോക്കൂ എന്നു നിശ്ചയിക്കണം. പഠനത്തിന്റെ ഭാഗമായി കമ്പ്യൂട്ടർ ഉപയോഗിക്കുമ്പോൾ മറ്റ് നോട്ടിഫിക്കേഷനുകൾ ഓഫാക്കുകയും സ്വയം മറ്റു നേരം കൊല്ലികളിലേക്കു ചെന്നു ചാടില്ലെന്നും നിശ്ചയിക്കണം. കഴിയുമെങ്കിൽ കമ്പ്യൂട്ടർ മോണിറ്റർ എല്ലാവർക്കും കാണത്തക്ക വിധം സെറ്റ് ചെയ്യുക.

ഇനി നമ്മൾ ഏകാഗ്രത പരിശീലിക്കുന്നതിൽ വിജയിച്ചു തുടങ്ങിയാൽ സ്വയം അഭിനന്ദിക്കാൻ മറക്കണ്ട. പുറത്ത് ഒന്നു നടന്നു വരിക, ഒരു ചോക്ലേറ്റ് കഴിക്കുക തുടങ്ങിയവയോ, നിശ്ചിത സമയം ക്രിയാത്മകമായി പഠിച്ചാൽ മാത്രമേ മൊബൈൽ നോക്കുകയുള്ളുവെന്നു തീരുമാനിക്കുകയോ ചെയ്യാം.

അടുത്ത ഏറ്റവും പ്രധാനമായ കാര്യം 'നോ' പറയുവാൻ പഠിക്കുകയാണ്. എല്ലാം തലയാട്ടി സമ്മതിക്കുന്നത് ശത്രുക്കളെ സൃഷ്ടിക്കുമെന്നു നമുക്കൊരു ചിന്തയുണ്ട്. എന്നാൽ അതിൽ കാര്യമില്ല. നമുക്ക് ആവശ്യമില്ലാത്തത്, നമ്മുടെ പദ്ധതിക്ക് അപ്പുറമുള്ളത്, ഇവയോടു 'നോ' പറയുക തന്നെ വേണം. ഉദാഹരണമായി, പരീക്ഷയുടെ ടൈംടേബിൾ കിട്ടിക്കഴിഞ്ഞു. നമ്മൾ ഓരോ ദിവസവും ചാർട്ട് ചെയ്തു കഴിഞ്ഞു. കാര്യങ്ങൾ ഉദ്ദേശിച്ച പോലെ മുന്നോട്ടു പോകുന്നു. ഈ സമയത്ത്, ഒരു സുഹൃത്ത് വിളിച്ച്, 'ഒന്നു കറങ്ങാൻ പോകാം. കാട്ടിലാണ്. ത്രില്ലിങ്ങ് യാത്രയാണ്. വേറെയും കൂട്ടുകാരുണ്ട്. ഇനിയീ അവസരം കിട്ടില്ല', എന്നൊക്കെ പറഞ്ഞു വിളിക്കുന്നു. എങ്ങനെ കൈകാര്യം ചെയ്യും

ഈ ഘട്ടം? വിഷമത്തിലായി അല്ലേ. പ്രത്യേകിച്ചും നിങ്ങൾ യാത്രാ പ്രിയനാണ്. കാട് വളരെ ഇഷ്ടമാണ്. വീട്ടിൽ അനുവാദം വാങ്ങി പരീക്ഷയ്ക്കു ശേഷം യാത്രയും തീരുമാനിച്ചതാണ്. എന്നാലിപ്പോൾ സുഹൃത്തിന്റെ വാഗ്ദാനം മോഹിപ്പിക്കുന്നതാണ്. എന്ത് മറുപടി പറയും?

'നോ' എന്നു തന്നെ പറയണം.

കാരണം, യാത്രകൾ ഇനിയും പോകാം. പക്ഷേ, പരീക്ഷയിൽ ഇത്തവണ തന്നെ ജയിക്കേണ്ടതു തന്റെ മാത്രം ആവശ്യമാണ്. ഒപ്പം, പരീക്ഷ അടുത്ത സമയത്ത് ഒരു അപകടം വന്നാൽ? ഒപ്പം രണ്ടു മൂന്നു ദിവസം പഠിക്കാതിരുന്നാൽ ടൈംടേബിൾ തല കീഴ് മറിയും, അതു ടെൻഷൻ കൂട്ടും. അതു പരീക്ഷയെ ബാധിക്കും. മാത്രവുമല്ല പരീക്ഷാസമയത്തു ഇത്തരത്തിൽ ചിന്തിക്കുന്ന സുഹൃത്ത് ശരിക്കും സുഹൃത്താണോ എന്നും വിലയിരുത്താം.

നമ്മൾ ഒരു ലക്ഷ്യത്തിലേയ്ക്കു കുതിക്കുമ്പോൾ പലതും പറഞ്ഞു പലരും പലപ്പോഴും വരും. അവരോട് 'നോ' പറയുവാൻ മടിക്കേണ്ട. ഇനി സ്വയം ഒരു കൺഫ്യൂഷനിലായാൽ ഒരു രാത്രി കാത്തിരിക്കുക. ഒന്നുറങ്ങി ഉണർന്നശേഷം നമുക്ക് തീരുമാനമെടുക്കാമെന്നു നിശ്ചയിക്കുക. ഉറപ്പു പറയാം, നിങ്ങളുടെ ഉള്ള് തിരഞ്ഞെടുക്കുന്ന മറുപടി നിങ്ങളുടെ യഥാർത്ഥ ലക്ഷ്യത്തിനു വേണ്ടിയുള്ളതായിരിക്കും.

നമ്മൾ ഒരു ലക്ഷ്യം നിർണയിച്ചാൽ എപ്പോഴും അതു മനസിൽ നിറയണം. അതിനു വേണ്ടിയുള്ള വായനയും പ്രവർത്തികളുമാണ് നാം ചെയ്യേണ്ടത്. ഇന്ന്, സോഷ്യൽ മീഡിയയിൽ പലതരത്തിലും നമ്മളെ മോഹിപ്പിക്കുന്ന വിവിധ കാര്യങ്ങൾ ധാരാളമുണ്ട്. യൂട്യൂബ് വീഡിയോകൾ, ട്രോളുകൾ, പലതരം ആപ്പുകൾ, ഇവയിൽ എന്തെങ്കിലും വൈറൽ ആയാൽ കിട്ടുന്ന പ്രശസ്തിയും ആരാധകവൃന്ദവും ഒക്കെ നമ്മളെ ഭ്രമിപ്പിക്കും. പലരും ഇത്തരത്തിൽ പ്രശസ്തിയിലേക്ക് എത്തുമ്പോൾ സ്വയം തോന്നാം, എനിക്കും ഇങ്ങനെ ചെയ്യാമായിരുന്നു എന്ന്.

എന്നാൽ, ഒന്നോർക്കുക!

ഇന്ന്, ഈ വർത്തമാനകാലത്ത് ലോകം കീഴടക്കിയിരിക്കുന്ന പ്രഗത്ഭമതികൾ ആരും തന്നെ അവരുടെ ജീവിതം ഇത്തരത്തിലുള്ള മോഹവലയിൽ കുടുക്കിക്കളഞ്ഞവരല്ല എന്ന്. മൈക്രോസോഫ്റ്റിന്റെ ബിൽ ഗേറ്റ്സ്, അദ്ദേഹത്തിന്റെ ആദ്യകാലത്ത് ഒരു കണ്ടു

പിടുത്തത്തിൽ മുഴുകി എട്ടാഴ്ച ഒരേ കസേരയിൽ തന്നെ ആയിരുന്നു. ഉറക്കം പോലും അവിടെ തന്നെ. കാരണം ലക്ഷ്യമാണു പ്രധാനം എന്ന് അദ്ദേഹം തിരിച്ചറിഞ്ഞിരുന്നു.

അതുപോലെ ഹാരി പോർട്ടറുടെ രചയിതാവ് ജെ.കെ. റൗളിങ് പൂർണ ശ്രദ്ധ എഴുത്തിൽ ലഭിക്കാൻ ഒരു റസ്റ്ററന്റിന്റെ ഒതുങ്ങിയ മൂലയിൽ ഒരു കപ്പ് കാപ്പി മാത്രം ഓർഡർ ചെയ്ത് എഴുത്തു പൂർത്തിയാക്കാൻ ചെലവഴിച്ചത് മണിക്കൂറുകളായിരുന്നു.

വിദ്യാഭ്യാസത്തിന്റെ ആധാരശിലയാണ് ഏകാഗ്രതയും ഓർമ്മശക്തിയും. രണ്ടു വരങ്ങൾ ആണത്. ആ വരങ്ങൾ നേടിയെടുക്കുക. വിജയത്തിലേക്കു കുതിക്കുക.

6
ഉറക്കമുണരണം, രാവിലെ

വിദ്യാർത്ഥി ജീവിതത്തിൽ അറിവു നേടുന്നതിനൊപ്പം തന്നെ ഭാവി ജീവിതം ഭദ്രമായി നയിക്കുവാൻ വേണ്ട വ്യക്തിപരമായ അച്ചടക്കവും പരിശീലിക്കേണ്ടതുണ്ട്. അതിൽ വളരെ ഗുണകര മായ ഒരു ശീലമാണു സൂര്യനും മുൻപ് ഉണരുകയെന്നത്. ഭൂമിക്കു മേൽ സൂര്യൻ ചൊരിയുന്ന ആദ്യകിരണം കണ്ടു ദിവസമാരംഭി ക്കുന്നവർ ഭാഗ്യവാൻമാരാണ്. കാരണം, ഇരുട്ടിനെ വകഞ്ഞു മാറ്റി മെല്ലെ വെളിച്ചം കടന്നു വരുന്ന കാഴ്ച്ച നമ്മുടെ ഉള്ളിൽ ആനന്ദം നിറയ്ക്കും, ഒപ്പം ശുഭ പ്രതീക്ഷയും.

ഇന്നത്തെ ജീവിതത്തിൽ നേരത്തേ ഉണരൽ പഠനത്തെ എങ്ങ നെ സ്വാധീനിക്കുന്നുവെന്നു നോക്കാം. സുപ്രധാനമായ കാര്യം, പുലർച്ചെ നാലുമണി മുതലുള്ള 3 മണിക്കൂർ സമയം പഠനത്തിന് ഏറ്റവും ഫലപ്രദമായ സമയമാണ് എന്നതാണ്.

ആ സമയം നമ്മുടെ മസ്തിഷ്കം നീണ്ട ഉറക്കത്തിനു ശേഷം വളരെ ഉണർവോടെ കാണപ്പെടുന്നു. ഈ സമയത്തു പഠിക്കുന്ന കാര്യങ്ങൾ, വലിയ ബുദ്ധിമുട്ടില്ലാതെ തന്നെ ഓർമയിൽ സൂക്ഷി ക്കുവാനാകും. ഏറ്റവും ഊർജ്ജം നിറഞ്ഞ സമയമാണു നാം കിട ക്കയിൽ മൂടിപ്പുതച്ച് ഉറങ്ങിത്തീർക്കുന്നത്. ഇനി മറ്റൊരു സവിശേ ഷത എന്താണെന്നു വച്ചാൽ, ലോകം ഉറങ്ങിക്കിടക്കുമ്പോൾ നമ്മൾ ഈ പ്രകൃതിയിലെ, മറ്റ് ചരാചരങ്ങളോരോന്നും ഉണരുന്ന തു കണ്ടറിയുകയാണ്, ഒപ്പം, ‘സമയമില്ല’ എന്ന നമ്മുടെ സ്ഥിരം പല്ലവിക്കൊരു അവസാനവും. കാരണം, ഏഴു മണിക്കോ അതിനു ശേഷമോ ഉണർന്നു ധൃതി പിടിച്ച് പ്രഭാതകർമ്മങ്ങൾ നടത്തി, പ്രഭാതഭക്ഷണം കഴിച്ചോ കഴിക്കാതേയോ പഠിക്കുവാനോടുകയാ ണു ചെയ്യുക. എത്ര ഊർജ്ജമുണ്ടാകും പഠനത്തിന്? ശാരീരിക അധ്വാനത്തേക്കാൾ ഊർജ്ജം ആവശ്യമാണു മാനസികമായ അധ്വാനത്തിന്. ക്ഷീണിക്കുമ്പോൾ എന്തെങ്കിലും കഴിച്ചാൽ മതി

യെന്നാകും. എന്നിട്ടോ, പ്രോട്ടിനോ, വൈറ്റമിനുകളോ, മിനറൽസോ തീരെയില്ലാത്ത കാർബോഹൈഡ്രേറ്റും കൊഴുപ്പും നിറഞ്ഞ ഭക്ഷണവും, ആപത്കരമാം വിധം പഞ്ചസാരയുള്ള കാർബണേറ്റഡ് ഡ്രിങ്കുകളിലും അഭയം തേടും. ഫലം, അനാരോഗ്യം. അത് നൽകുക മോശം റിസൾട്ട്. എന്നാൽ, രാവിലെ മറ്റുള്ളവർ ഉണരും മുൻപുണർന്നാൽ, നമ്മുടെ എല്ലാ കാര്യങ്ങൾക്കും സമയം ലഭിക്കും. നമുക്ക് സാവകാശം കാര്യങ്ങൾ ചെയ്യാം. രാത്രി പഠിച്ചു തീരാത്തത് തീർക്കുവാനാകും. എല്ലാം ശരിയാണ്. പക്ഷേ, സൂര്യനുദിച്ച്, അലാറം പലവട്ടം സ്നൂസ് ചെയ്ത്, ഒടുവിൽ നിവർത്തിയില്ലാതാകുമ്പോഴാണല്ലോ സാധാരണ നമ്മൾ ഉണരുക. അങ്ങനെയുള്ള ഒരാൾ എങ്ങനെ രാവിലെ സ്വയം ഉണരും?

ഇതാണ് പ്രശ്നം. പലരും രാത്രി വൈകി ഉറങ്ങി, പിറ്റേന്നു വൈകി ഉണരുവാൻ ഇഷ്ടപ്പെടുന്നവരാണ്. എന്നാൽ ചില സത്യങ്ങൾ പറയാം. അതിനു ശേഷം മാത്രം നമുക്ക് രാത്രി വൈകി ഉറങ്ങുന്നതാണോ. അതോ, രാത്രി പത്തരയ്ക്ക് മുന്നേ ഉറങ്ങി രാവിലെ നാലിനും അഞ്ചിനും ഇടയിൽ ഉണരുന്നതാണോ നല്ലതെന്നു നോക്കാം.

1. ഒരു പകലിന്റെ അലച്ചിലുകൾക്കു ശേഷം, വൈകി വീട്ടിലെത്തി, പിന്നീടു രാത്രി വൈകുവോളം പഠിക്കുമ്പോൾ, യഥാർത്ഥത്തിൽ പഠനം നടക്കുന്നുവെന്ന തോന്നൽ മാത്രമാണുണ്ടാവുക. ഉറക്കത്തിനും പഠനത്തിനുമിടയിൽ നേരിയ വേർതിരിവേ ഉണ്ടാവുകയുള്ളൂ. വായിച്ചു വായിച്ച് പതിയെ ഉറക്കത്തിലേക്കു വീഴുകയാവും സംഭവിക്കുക.

ഇതിനു രണ്ടു ദോഷമുണ്ട്.

1. ശരിയായ ഉറക്കം ഇല്ലാതാകുന്നു.

2. പഠിച്ചുവെന്നു കരുതുന്നത് ശരിക്കും പഠിച്ചിട്ടുണ്ടാകുകയുമില്ല, ഓർമ്മയിൽ നിലനിന്നിട്ടുമില്ല.

2. ആരോഗ്യപരമായി, ഒരു മുഴുവൻ ദിവസത്തെ ചിന്തകളും പ്രവർത്തികളും കാരണം തളർന്ന തലച്ചോർ, അതിന്റെ ക്ഷീണം മാറ്റുന്നതു രാത്രിയിലെ ഗാഢനിദ്രയ്ക്കിടയിലാണ്. ഉറക്കത്തിനൊരു പാറ്റേൺ ഉണ്ട്. ഉറക്കത്തിലേക്കു പ്രവേശിച്ചു കഴിഞ്ഞാൽ കുറേ സമയം ആഴം കുറഞ്ഞ നിദ്രയിലാവും. അതിൽ നിന്ന് ഗാഢനിദ്രയിലേക്ക്, വീണ്ടും പതിയെ ആഴം കുറഞ്ഞ നിദ്രയിലൂടെ കടന്ന് ഉണരലിലേക്ക് എന്നതാണ് ആ ക്രമം.

ഗാഢനിദ്രയിലാണ് തലച്ചോറും മറ്റു ആന്തരിക അവയവങ്ങളും അതിലെ വിഷാംശങ്ങൾ നീക്കം ചെയ്യുന്നതും, ഷോർട്ട് ടേം മെമ്മറിയിൽ ഉള്ള കാര്യങ്ങൾ തരം തിരിച്ചു ലോങ്ങ് ടേം മെമ്മറിയിലേക്കു മാറ്റുന്നതും. അതിനാവശ്യം ഗാഢനിദ്രയാണ്. രാത്രി പരിപൂർണ്ണമായും ഉറക്കത്തിലാണ്ടു കഴിയുമ്പോഴാണ് കരളിന്റെ പ്രവർത്തനവും ശരിയായി നടക്കുന്നത്. വൈകി ഉറങ്ങുവാൻ കിടക്കുമ്പോൾ ഗുണമേൻമയുള്ള ഉറക്കമാകില്ല ലഭിക്കുന്നത്. നല്ല ഉറക്കം കിട്ടാതിരുന്നാൽ ക്രമേണ പല തരത്തിലുള്ള ആരോഗ്യ പ്രശ്നങ്ങൾ അതിവിദൂരത്തല്ലാതെ നമ്മെ കാത്തിരിപ്പുണ്ട്.

3. രാത്രി വൈകി ഉറങ്ങി, വൈകി ഉണരുമ്പോൾ, ഉറക്കം മതിയായി എന്ന തോന്നലുണ്ടാകില്ല. അത് ആ ദിവസത്തെ ബാധിക്കും. ക്ലാസിൽ ശ്രദ്ധിക്കാൻ കഴിയില്ല. ആ ദിവസവും കടന്നുപോകും യാതൊരു പ്രയോജനവുമില്ലാതെ.

4. ലോകത്തിൽ നടന്ന എല്ലാ ഗവേഷണകളും പുലർകാലത്തുണരുന്നതാണു മനുഷ്യന്റെ ആരോഗ്യകരമായ ജീവിതത്തിനു നല്ലതെന്നു കണ്ടെത്തിയിട്ടുണ്ട്.

5. ലോകത്തെ, മികച്ച സംരംഭകർ, എഴുത്തുകാർ, നേതാക്കന്മാർ ഇവരൊക്കെ നേരത്തേ ഉണരുന്നവരാണ്.

ചിലർ മൂന്നു മണിക്കും, എന്തിനു രണ്ടര മണിക്കു പോലുമുണരുന്നു. ഇപ്പോൾ നേരത്തേ ഉണരുന്നതിന് ആവശ്യത്തിലേറെ കാരണങ്ങളായി. പക്ഷേ, ഉണരുവാൻ, ഉണരുക തന്നെവേണം. അതിനു സ്വയം തീരുമാനിക്കണം. അതിനെന്തു ചെയ്യണം.?

1. അലാറം സഹായിക്കും. പക്ഷേ, കട്ടിലിനടുത്ത് തന്നെയാണതിന്റെ സ്ഥാനമെങ്കിൽ കാര്യമില്ല. കാരണം ഉറക്കത്തിൽ, നീട്ടിയടിക്കുന്ന ഒരു അലാറം ഓഫ് ആക്കാനാണോ വിഷമം? അലാറം അടുത്ത മുറിയിലോ അല്ലെങ്കിൽ ദൂരെയോ മാത്രം വയ്ക്കുക.

2. രാത്രി പത്തു മണിക്കു തന്നെ ഉറങ്ങുക. പാട്ടു കേട്ടോ, പുസ്തകം വായിച്ചോ ഉറക്കത്തിലേക്കു കടക്കാം. പത്തു മണിക്കു ലൈറ്റ് ഓഫ് ചെയ്തു കിടന്നാൽ 11 മണിയോടെ ഗാഢനിദ്രയിലേക്കു കടക്കും. ഏതാണ്ടു രണ്ടു മണി വരെ ഏറിയും കുറഞ്ഞും ആ നില തുടരും. ക്രമേണ ഉറക്കത്തിന്റെ ആഴം കുറയും. പിന്നെ അലാറം അനുസരിച്ച് ഉന്മേഷത്തോടെ ഉണരുവാനാകും.

3. ഉറങ്ങുവാൻ പോകും മുൻപു തന്നെ സ്വയം പറയുക 'ഞാൻ നാളെ 5 മണിക്ക് ഉണരും'

ജയിക്കണം എനിക്ക്

ഇനി ഉണർന്നു കഴിഞ്ഞാൽ എന്താണു ചെയ്യുക? ഒരു ഗ്ലാസ് വെള്ളം കുടിക്കുക, ടോയ്‌ലറ്റ് ആവശ്യങ്ങൾ കഴിഞ്ഞാൽ വ്യായാമത്തിലേക്കു കടക്കണം. 20 മിനിട്ടോ 30 മിനിട്ടോ ധാരാളം മതിയാകും. അതോടെ ഉന്മേഷമായി. ഇനി പഠിക്കാനിരിക്കാം.

ലോകത്തെ അതിശയിപ്പിക്കുന്ന രീതിയിൽ പ്രവർത്തനങ്ങൾ നടത്തി സ്വന്തം കർമ്മമണ്ഡലത്തിൽ ശോഭിക്കുന്ന ഓരോരുത്തരും തന്നെ പുലർച്ചെ ഉണരുന്നവരാണെന്നും താനും സഞ്ചരിക്കുന്നത് ആ വഴിക്കാണെന്നും തീരുമാനിച്ചു കൊണ്ടു പഠിച്ചു തുടങ്ങാം. ഫലം അതിശയിപ്പിക്കുന്നതാണ്. അത്രയേറെ നിശ്ചയദാർഢ്യമുണ്ടെങ്കിൽ മാത്രമേ ഇതിനു സാധിക്കുകയുള്ളൂവെന്നു തിരിച്ചറിയണം. എല്ലാവരും ഉറങ്ങിക്കിടക്കുമ്പോൾ താനുണരുന്നു, അവരെക്കാൾ മുന്നിലാണ് താൻ എന്ന ചിന്ത പോലും ഒരാളിൽ വലിയതോതിൽ ആത്മവിശ്വാസം സ്ഫുരിപ്പിക്കും.

പുലർകാലത്ത് ഉറങ്ങിയുണരുന്നതിൽ ആദ്യ മുക്കാൽ മണിക്കൂർ ചില പ്രത്യേക കാര്യങ്ങൾക്കായി മാറ്റി വയ്ക്കണം. ആദ്യത്തെ അര മണിക്കൂർ വ്യായാമത്തിനും മെഡിറ്റേഷനും നൽകുക. ഇനി ഒരു പത്തു മിനിട്ട് സ്വസ്ഥമായി പുറത്തെ തണുത്ത കാറ്റൊക്കെ ആസ്വദിച്ച് ഒന്നു സ്വസ്ഥമാകുക. ഈ സമയത്ത് സ്വന്തം ഭാവിയെക്കുറിച്ചുള്ള ശുഭപ്രതീക്ഷകൾ മനസിൽ നിറയ്ക്കുക. സ്വന്തം ലക്ഷ്യത്തെക്കുറിച്ചു ചിന്തിക്കുക. ഒപ്പം ഇവ നോട്ട്ബുക്കിൽ കുറിച്ചു വയ്ക്കുകയുമാകാം. ഇനി പഠനം ആരംഭിക്കാം.

ഈ ശീലം അത്രപെട്ടെന്നൊന്നും അനുസരിക്കാൻ ശരീരം തയ്യാറായി എന്നു വരില്ലെന്ന് ഓർക്കണം. അതിനായി നിരന്തരം ശ്രമിക്കണം. ആരംഭിച്ചു കഴിഞ്ഞാൽ കുറഞ്ഞത് 66 ദിവസം തുടരുവാൻ ശ്രദ്ധിക്കണം. പണ്ടുകാലങ്ങളിൽ ഒരു ശീലം രൂപം കൊള്ളാൻ തുടർച്ചയായി 21 ദിവസം ചെയ്യണം എന്നാണു ഗവേഷകർ പറഞ്ഞിരുന്നത്. എന്നാൽ ഇന്ന് ഗവേഷകർ കണ്ടെത്തിയിരിക്കുന്നത്, ശീലമാകുവാൻ 66 ദിവസങ്ങൾ തുടർച്ചയായി പരിശീലിക്കണമെന്നാണ്.

രാവിലെ ഉറക്കമുണരാൻ മടിയുള്ളവർ പറയുന്നത് കേൾക്കാം, പരീക്ഷയാവുമ്പോൾ ഉറക്കമൊഴിഞ്ഞു പഠിച്ചാൽ പോരെ, ഇപ്പോഴെ എന്തിനാണ് കഷ്ടപ്പെടുന്നത് എന്ന്? കാലുകൾ തണുത്ത വെള്ളത്തിൽ വച്ചു പഠിച്ചു, കണ്ണിൽ എണ്ണയോ വിക്സോ ഒക്കെ തേച്ചു വച്ചു പഠിച്ചു എന്നൊക്കെ ഇവർ സ്ഥിരമായി പറയുന്നതു

കേൾക്കാം. എന്നാൽ ഇവർ വിജയിച്ചിട്ടുണ്ടോ? ഉണ്ടാവാം, എന്നലത് ശരാശരി വിജയം മാത്രമായിരിക്കും. അതിനെ വിജയം എന്നു വിളിക്കാനുമാവില്ല. ഉറപ്പിച്ചു പറയാം, ഇതൊരു നല്ല രീതിയേ അല്ല. കഷ്ടപ്പെട്ടു സമയം ചെലവഴിച്ചു പഠിച്ചെടുത്തതു മറന്നു പോകുവാനുള്ള സാധ്യത വളരെ കൂടുതലുള്ള പഠനരീതിയാണിത്. നന്നായി പഠിച്ചതാണ്. പക്ഷേ, പരീക്ഷ ഹാളിൽ ചോദ്യ പേപ്പർ കിട്ടിയപ്പോൾ ഓർമ വന്നില്ല എന്ന അവസ്ഥ ഇത്തരം ഉറക്കമൊഴിഞ്ഞുള്ള പഠനത്തിന്റെ ഭാഗമായി ഉണ്ടാകുന്നതാണ്.

പഠനങ്ങൾ കാണിക്കുന്നത് പരീക്ഷയുടെ തലേന്ന് 10 മണിക്കു തന്നെ ഉറങ്ങി പുലർച്ചെ ഉണരുന്നവർക്കാണു പരീക്ഷയിൽ നല്ല പ്രകടനം കാഴ്ചവയ്ക്കാനാകുക എന്നതാണ്. പഠനകാലത്തു തന്നെ വളരെ ആരോഗ്യകരമായ ഈ സ്വഭാവം രൂപീകരിക്കുവാനായാൽ നിസ്സംശയം മറ്റൊന്നുകൂടി പറയാനാകും ആ വിദ്യാർത്ഥിക്കു വിജയം സുനിശ്ചിതമാണെന്ന്!

○○

7

കഷ്ടപ്പെട്ടു പഠിക്കരുത്, ഇനി സ്മാർട്ടാവാം!

'ഇത്ര കഷ്ടപ്പെട്ടു പഠിക്കണോ? സ്മാർട്ടായി പഠിച്ചാൽപോരെ?'

ചിലരെങ്കിലും ഇങ്ങനെ ചിന്തിച്ചിട്ടില്ലേ?

മതി. കഷ്ടപ്പെട്ടു പഠിക്കണ്ട എന്നല്ല, കഷ്ടപ്പെട്ടു പഠിക്കാനേ പാടില്ല എന്നാണ് ഇതിനുള്ള ഉത്തരം. സ്മാർട്ടായി തന്നെയാണു പഠിക്കേണ്ടത്.

'ഞങ്ങളുടെ ഒക്കെ കുട്ടിക്കാലത്ത് എത്ര കഷ്ടപ്പെട്ടാണോ പഠിച്ചിരുന്നത്?' ഈ വാചകം ഇനി പഴങ്കഥകളിൽ തന്നെ ഒതുങ്ങട്ടെ. നമുക്ക് സ്മാർട്ടായി മാത്രം പഠിക്കാം. അങ്ങനെ വലിയ വിജയം കൊയ്യാം.

എന്താണ് സ്മാർട്ടായ പഠനം?

ഒറ്റവാക്കിൽ ഉത്തരം പറയുവാനാകില്ല. വിശദീകരിച്ചു പറയേണ്ടതാണ് സ്മാർട്ട് പഠനം എന്താണെന്ന്. അതൊരു പുതിയ ട്രൻഡ് തന്നെയാണ്. പുതിയ ആശയം, പുതിയ കാലത്തിന്റെ രീതി.

സ്മാർട്ടായ പഠനത്തിന്റെ കാതൽ, പഠിക്കേണ്ട വിഷയങ്ങളെ എപ്രകാരം സമീപിക്കണം എന്നതാണു. വിഷയം ഏത് തന്നെയുമാകട്ടെ, ഇംഗ്ലീഷ്, കണക്ക്, സയൻസ്, ഹിസ്റ്ററി, ജ്യോഗ്രഫി അങ്ങനെ ഏത് തന്നെയുമാകട്ടെ, ഒരു വലിയ ചോക്ലേറ്റ് എങ്ങനെയാണു നാം ചെറിയ ചെറിയ കഷണങ്ങളാക്കി നുറുക്കി അലിയിച്ചു കഴിക്കുന്നത്? ചോക്ലേറ്റിന്റെ മാധുര്യം ഏറെ നേരം നാവിൻതുമ്പിൽ തങ്ങിനിൽക്കുന്നതു പോലെ ചെറിയ ചെറിയ ഭാഗങ്ങളാക്കി പഠിക്കുക. ചോക്ലേറ്റിന്റെ ആ കുഞ്ഞു തുണ്ട് അലിഞ്ഞു കഴിഞ്ഞാൽ വീണ്ടും വീണ്ടും കഴിക്കുവാൻ തോന്നില്ലേ? അതുപോലെ വീണ്ടും വീണ്ടും പഠിക്കുവാനും തോന്നണം.

അങ്ങനെ തോന്നണമെങ്കിലോ?

പഠനം അത്രയേറെ ആസ്വാദ്യമാക്കി മാറ്റണം. ആര്?

അവനവൻ തന്നെ.

അതെ. സ്വയം പഠനത്തെ ആസ്വാദ്യകരമാക്കി മാറ്റുക. അതിനുള്ള ഏറ്റവും എളുപ്പമുള്ള വഴിയാണ് ഒരു അധ്യായം പഠിക്കുമ്പോൾ, അതിനെ ഓരോരോ ഹെഡിങ്ങുകൾ വച്ചു പഠിച്ചു പോകുക എന്ന രീതി. അങ്ങനെ പഠിക്കുമ്പോൾ ഓരോ ഭാഗം തീരുമ്പോഴും ഉള്ളിലൊരു പുഞ്ചിരി വിടരും. അത് ആത്മവിശ്വാസത്തിന്റേതാണ്. അപ്പോഴൊരു സംശയം തോന്നാം; അങ്ങനെ പഠിച്ചാൽ, അപൂർണമായി പഠിച്ച പോലെയാകില്ലേ? അടുത്ത ഭാഗം പഠിക്കുമ്പോൾ ആദ്യഭാഗം മറന്നു പോകില്ലേ എന്നൊക്കെ തോന്നുന്നില്ലേ?

ഇല്ല, അങ്ങനെ മറന്നു പോകില്ല എന്നതാണ് ഇതിനുള്ള ഉത്തരം. എന്തു കൊണ്ടെന്നാൽ നമ്മുടെ തലച്ചോറിന്റെ സവിശേഷത തന്നെയാണ് ഇതിനു കാരണം. 'സിഗാർനിക് ഇഫക്ട്' എന്ന മസ്തിഷ്കത്തിന്റെ സ്വഭാവം കൊണ്ട്, അപൂർണമായി വച്ചവ കൂടുതൽ ഭംഗിയായി ഓർത്തുവെക്കുമെന്നറിയുക. അതായത് ഒരു പാഠത്തിൽ ഒരു ഭാഗം പഠിച്ചു വച്ചിട്ട് കുറച്ചു ബ്രേക്ക് എടുക്കുക. മടങ്ങി വന്നു വീണ്ടും പഠിക്കുമ്പോൾ ആദ്യം പഠിച്ചത് പൂർണമാകാത്തതിനാൽ മസ്തിഷ്കം തന്നെ ആ വിവരങ്ങളെ കൂടുതൽ നന്നായി ഓർമയിൽ സൂക്ഷിച്ചിട്ടുണ്ടാകും.

ഒരു സിനിമ കണ്ടാൽ അതിന്റെ തുടക്കവും ക്ലൈമാക്സും ഓർമയിൽ തങ്ങുന്ന അത്രയും വിശദമായി ഇടഭാഗം ഉള്ളിൽ തങ്ങില്ല. ഇതു തന്നെ പഠനത്തിലും. അതിനാൽ ഇടക്കിടക്ക് നിർത്തി പഠിക്കുമ്പോൾ, തുടക്കത്തിനും അവസാനത്തിനും ഫലം കൂടും. ഇത് കൂടുതൽ ഓർമയിൽ തങ്ങും. അപ്പോൾ സ്മാർട്ട് പഠനത്തിന്റെ ഒന്നാമത്തെ പോയിന്റ് ഇതാണ്.

ഓരോ അധ്യായവും ചെറു ഭാഗങ്ങളാക്കി പഠിക്കുക.

അതിൽ ഒരു കാര്യം കൂടി ചേർക്കുവാനുണ്ട്. എത്ര സമയം പഠിക്കണമെന്നത്.

ഒരു മണിക്കൂർ സമയത്തെ ഒരു യൂണിറ്റായി കണക്കാക്കി, 25 മിനിട്ട് സമയം പഠിച്ച്, അഞ്ചു മിനിട്ടു ബ്രേക്ക് എടുക്കുക. അടുത്ത 25 മിനിട്ടു പഠിച്ച് അടുത്ത 5 മിനിട്ടു ബ്രേക്ക് എടുക്കുക. സമയം നോക്കുവാൻ അലാറം സെറ്റ് ചെയ്യണം. ഈ രീതിയിൽ രണ്ടു മണിക്കൂറിൽ നാലു സ്ലോട്ടുകളായി പഠിക്കുമ്പോൾ കഴിയുന്നതും രണ്ടു വ്യത്യസ്ത വിഷയങ്ങൾ പഠിക്കുവാൻ ശ്രദ്ധിക്കണം. ഒരു ഭാഷാ വിഷയത്തോടൊപ്പം ശാസ്ത്രവിഷയമോ കണക്കോ പഠി

ക്കാം. ഭാഷ നമ്മുടെ ക്രിയേറ്റിവിറ്റിയെ സ്വാധീനിക്കുമ്പോൾ, ശാസ്ത്രത്തിലെ, സമവാക്യ നിർദ്ധാരണങ്ങൾ ബുദ്ധിയെ സ്വാധീനിക്കും.

പഠനം തുടങ്ങുന്നതിനും ഒരു രീതിയുണ്ട്. പുസ്തകം തുറന്നു വെറുതേ വായിച്ചു പോവുകയല്ല വേണ്ടത്. ആദ്യം, ഒരു അധ്യായമെടുത്താൽ, തലക്കെട്ട് നോക്കുക. പിന്നീട് നേരെ പാഠാവസാനത്തിലെ ചോദ്യങ്ങൾ വായിക്കുക. അതായത്, പഠിക്കും മുമ്പ് എന്താണു പഠിക്കുന്നതെന്ന ബോധം വേണമല്ലോ. ചോദ്യങ്ങൾ ഓരോന്നും വായിക്കുക. അതിൽ നിന്നും എന്താണ് ആ അധ്യായത്തിൽ പറയുന്നതെന്നു മനസിലാക്കാം. ഇനി ചെറിയ ഭാഗങ്ങളാക്കി പഠനമാരംഭിക്കാം.

അടുത്ത ഘട്ടം, പഠിച്ചത് ഓർക്കുക, അതു വീണ്ടും പരിശോധിക്കുക എന്ന കാര്യമാണ്. ആവർത്തിച്ച് വായിക്കുക, വായിച്ചത് എഴുതി നോക്കുക, ആദ്യം പകർത്തിയെഴുതിയാൽ മതിയാവും. അത് നോട്ടായി കണക്കാക്കുയും ചെയ്യാം. പിന്നെ, ഓർമ്മപുതുക്കലിന്റെ ഭാഗമായി കാണാതെ പുസ്തകമൊക്കെ മടക്കിവച്ചിട്ടൊന്ന് എഴുതി നോക്കു. ഈ നിലയ്ക്ക് ഉറപ്പായും പറയാം, പഠനത്തിന്റെ കാതലായ ഭാഗം, വായന തന്നെയാണെന്ന്.

എന്നാൽ മണിക്കൂറുകൾ മുഷിഞ്ഞു വായിക്കുന്ന രീതിയല്ല സ്മാർട്ട് പഠനത്തിൽ സ്വീകരിക്കുന്നത്. ഇവിടെ നമ്മൾ 20 % പഠനവും 80 % റിവിഷനും എന്നു തിരുത്തേണ്ടതായിട്ടുണ്ട്. ഒരു മണിക്കൂറിൽ 20 മിനിറ്റ് വായന, എഴുതുക തുടങ്ങിയ കാര്യങ്ങളിലൂടെ പഠിക്കുക. എന്നിട്ട് 40 മിനിറ്റ് സമയം ഈ പഠിച്ച കാര്യങ്ങൾ സ്വയം ഓർത്തുനോക്കുക.

ഉദാഹരണത്തിന്, ഹിസ്റ്ററിയിൽ രണ്ടാം ലോകമഹായുദ്ധകാലത്തെ ഇന്ത്യയുടെ രാഷ്ട്രീയ സ്ഥിതിയെക്കുറിച്ചു പഠിക്കുകയാണെന്നു കരുതുക.

നമ്മുടെ കൈയിൽ ടെക്സ്റ്റ് ബുക്കുണ്ട്, ക്ലാസിൽ പഠിപ്പിക്കുമ്പോൾ കുറിച്ചു വച്ചു വീട്ടിൽ വന്നിട്ട് വിപുലപ്പെടുത്തിയ ക്ലാസ് നോട്സും ഉണ്ട്. ഇവ രണ്ടും വായിക്കുക. പ്രധാന പോയിന്റുകൾ എഴുതിപ്പഠിക്കുകയോ വായിക്കുകയോ ചെയ്തു. ഇനി ആ പോയിന്റുകൾ സ്വയം ഓർത്തെടുക്കണം. ഇടയ്ക്കു മറന്നു പോയാൽ വീണ്ടും നോക്കണം. എല്ലാം ഓർത്തെടുക്കുവാനായി എന്നു തോന്നുമ്പോൾ അത്രയും പോയിന്റുകൾ കാണാതെ എഴു

തണം. ഇങ്ങനെയാണ് അധികം കഷ്ടപ്പെടാതെ, വളരെ സ്മാർട്ടായി പഠിക്കുന്ന രീതി.

'ഹാവു.. പഠിച്ചു കഴിഞ്ഞു.' എന്നല്ലേ പറയാൻ വരുന്നത്? എന്നാൽ തീർന്നില്ല കേട്ടോ. ഇതു ഒന്നാംഘട്ടമേ ആയിട്ടുള്ളൂ. ആ പഠനം ഇന്നിനി മറിച്ചു നോക്കുകയേ വേണ്ട. ധൈര്യമായി മാറ്റി വയ്ക്കാം. പക്ഷേ, അടുത്ത 24 മണിക്കൂറിനുള്ളിൽ ഒരു വട്ടം കൂടി അതു സ്വയം ഓർത്തു നോക്കണം. അതു ബസിൽ യാത്ര ചെയ്യു മ്പോഴോ, മാർക്കറ്റിൽ സാധനം വാങ്ങുമ്പോൾ ക്യൂവിൽ നിൽക്കു മ്പോഴോ, കുളിക്കുമ്പോഴോ, എപ്പോൾ വേണമെങ്കിലും മനസിൽ ചെയ്യാം. പക്ഷേ, ശ്ശൊ ഒരു പോയിന്റ് മറന്നു പോയോ? ടെൻഷൻ വേണ്ട. വീട്ടിൽ എത്തിയ ശേഷം ഓടി വന്ന് പുസ്തകമെടുത്തു നോക്കി ഉറപ്പു വരുത്തുക. രാത്രി ഉറങ്ങും മുമ്പ് എപ്പോഴെങ്കിലും പോയിന്റുകൾ മാത്രം എഴുതി ഒന്നുകൂടി ഉറപ്പിക്കുക. (ഒരു രഹ സ്യം കൂടി പറയാം, ബസ് സ്റ്റോപ്പിൽ വച്ചു മറന്നു പോയ ആ പോയിന്റ് ഇനി ജന്മത്തിൽ മറക്കില്ല.)

തീർന്നില്ല കേട്ടോ. കളി തലച്ചോറിനോടല്ലേ? അപ്പോൾ യുദ്ധം അല്പം കടുപ്പിച്ചു തന്നെ വേണം. ഒരാഴ്ച കഴിഞ്ഞ് ഒന്നുകൂടി വെറുതേ ആ പോയിന്റുകൾ ഓർത്തുനോക്കുക. ഇപ്പോൾ അല്പം നിരാശ തോന്നാം. കാരണം, ഒന്നല്ല, മൂന്നു നാലു പോയിന്റുകൾ മറന്നിരിക്കുന്നു. നാവിൻതുമ്പിലുണ്ട്. പക്ഷേ,...

സാരമില്ല, ഇത് തലച്ചോറിന്റെ ചെറിയൊരു വിരട്ടലാണ്. അതായത് വായിക്കുമ്പോൾ എല്ലാം ഓക്കെയാണ്. എല്ലാം ഓർമ യുണ്ട് എന്നല്ല, ഓർമയുള്ളതായി തോന്നുന്ന പ്രതിഭാസമാണിത്. അതിനാൽ ആവർത്തിച്ചു വായിച്ച് ഉറപ്പു വരുത്തുക. മറന്നുവെന്ന് തോന്നിയ അന്നു തന്നെ ഒന്നുകൂടി വായിച്ച് സ്വയം എഴുതി നോക്കി മാറ്റിവക്കാം. ഇപ്പോൾ നമുക്കൊരു കാര്യം പിടികിട്ടി. ആവർത്തിച്ചില്ലെങ്കിൽ, ഓർമശക്തി നമ്മളെ പറ്റിക്കും. അതിനാൽ നമ്മളും ഒരു കാര്യം തീരുമാനിക്കുക തന്നെ ചെയ്യണം.

മറക്കും മുൻപ് ഓർക്കുക!

അതെ, മാസത്തിലൊരിക്കൽ, അല്ലെങ്കിൽ രണ്ടു മാസത്തിലൊ രിക്കൽ നമ്മൾ ആ പോയിന്റുകൾ വെറുതേ ഓർത്തെടുക്കും. ഇപ്പോൾ ഏറെക്കുറെ പൂർണമായും ആ പഠിച്ചത് ഹൃദിസ്ഥമായി ട്ടുണ്ടാകും. എന്നാലും ആവർത്തിക്കുന്നത് നിർത്തണ്ട. മൂന്നു മാസം കൂടുമ്പോൾ ഒന്ന് ഓർക്കുക. അതു ഓർമയിൽ ഭദ്രമാ

യിരുന്നു കൊള്ളും. പരീക്ഷത്തലേന്ന് ഓടിച്ചു നോക്കിപ്പോകാം. നല്ല ആത്മവിശ്വാസവും ഉണ്ടാകും.

സ്മാർട്ടായ പഠനത്തിന് ഇനി വേണ്ടത് ക്ലാസ് നോട്സുകളുടെ കൃത്യമായ ഉപയോഗമാണ്. ക്ലാസ് നോട്സ് എന്നത്, സിലബസ് അനുസരിച്ചു നമുക്കാവശ്യമുള്ള പോയിന്റുകൾ, ടെക്സ്റ്റിൽ നിന്നും കണ്ടെത്തിയവയും, ക്ലാസിൽ പഠിപ്പിച്ചതും, ലൈബ്രറി വായനയിൽ നിന്നോ ഇൻറർനെറ്റ് വഴി ലഭിച്ചതോ ആയ അറിവുകളും ചേർന്ന ഒന്നാണ്. അതു ഫലപ്രദമായി ഉപയോഗിക്കുക. അതിൽ വെട്ടിത്തിരുത്തലുകൾ ഇല്ലാതെ വ്യക്തമായ അക്ഷരങ്ങളിൽ എഴുതിയ കാര്യങ്ങൾ നന്നായി തലച്ചോർ സ്വീകരിക്കും. അതിനാൽ തിരിച്ചറിയുക, സ്മാർട്ടായ പഠനരീതിയിൽ ക്ലാസ് നോട്സ് ആണ് ചക്രവർത്തി.

സ്മാർട്ട് പഠനത്തിൽ വളരെ പ്രയോജനം ചെയ്യുന്ന മറ്റൊരു രീതിയുണ്ട്. അത് പഠിപ്പിക്കുക എന്നതാണ്.

ഒരു ടീച്ചറെപ്പോലെ തയ്യാറെടുക്കുക.

അതായത്, ഒരു വിഷയം പഠിപ്പിക്കേണ്ടി വരുമ്പോൾ, ആ വിഷയത്തെ അല്പം വിശാലമായി പഠിക്കേണ്ടതുണ്ട്. ടെക്സ്റ്റിനുമപ്പുറത്തുള്ള വിവരങ്ങൾ ശേഖരിക്കണം, അതു ക്രമീകരിക്കണം, വരാവുന്ന സംശങ്ങൾക്ക് ഉത്തരം കരുതണം. അടിസ്ഥാനപരമായി കാര്യങ്ങൾക്കു വ്യക്തതയുണ്ടാകണം. പഠിച്ചു കഴിഞ്ഞാൽ അത് ഒന്നുകിൽ വീട്ടിൽ ആരെയെങ്കിലും, അല്ലെങ്കിൽ കൂട്ടുകാരെ, ഇനി ആരേയും കിട്ടിയില്ലെങ്കിൽ ഒരു പാവയെ ഒക്കെ പഠിപ്പിക്കാം. ഏറ്റവും കുരുക്കു പിടിച്ച ചോദ്യങ്ങൾ ഏറ്റവും ലളിതമായി ഒരു നഴ്സറിക്കുട്ടിക്കു മനസിലാകും വിധം പറഞ്ഞു കൊടുക്കുവാൻ സാധിക്കുമോ?

എങ്കിൽ നിങ്ങളതു പഠിച്ചു കഴിഞ്ഞു.

ഇതിനൊപ്പം വലിയ കാര്യങ്ങളെ വളരെ തമാശ രൂപത്തിൽ ചെറു പാട്ടുകളായോ വരികളായോ മാറ്റി അത് വെറുതേ ഉരുവിട്ടു നടക്കുക. പഠിക്കേണ്ടവയെ സ്വന്തം വീട്ടിലെ ഓരോരോ സാധനങ്ങളുമായി ചേർത്തുവച്ചു ചിന്തിച്ച് ഓർമയിൽ ഉറപ്പിക്കുക തുടങ്ങിയ രീതികളും സ്വീകരിക്കണം. ഓരോ വിഷയത്തിലും ഓരോ അധ്യായത്തിലും വ്യത്യസ്ത രീതികൾ സ്വീകരിക്കേണ്ടി വരും. അത് സ്വയം കണ്ടെത്തുകയാണു വേണ്ടത്. പഠിച്ചു വരുമ്പോൾ നമുക്കു തന്നെ അറിയുവാനാകും ഏത് രീതി സ്വീകരിക്കണമെന്ന്.

ജയിക്കണം എനിക്ക്

ഇനി, എന്നും ഒരേ മുറിയിൽ ഒരേ ഇരുപ്പിരുന്ന് പഠിക്കേണ്ടതുണ്ടോ?

അച്ഛനമ്മമാരെ പറ്റിക്കാൻ മാത്രമേ ആ രീതി ഗുണം ചെയ്യൂ. പഠിക്കുവാൻ വീട്ടിൽ തന്നെ ഒന്നു രണ്ടിടങ്ങൾ കണ്ടെത്തണം. ഉദാഹരണമായി, ഒരു പദ്യം പഠിക്കുകയാണെന്നിരിക്കട്ടെ. ആ സമയത്ത് നമ്മുടെ മുന്നിലെ കാഴ്ചകളുമായി ആ ഓർമ ബന്ധിക്കപ്പെടുന്നുണ്ട്. തത്ക്കാലം ആ സമയത്തു നമ്മുടെ മുന്നിൽ വീട്ടിലെ ഫിഷ് ടാങ്ക് ആണെന്നു കരുതു. ചലിക്കുന്ന നല്ല ചുവന്ന ഗപ്പി മീനും, പദ്യവും തമ്മിലൊരു ബന്ധം നമ്മളറിയാതെ രൂപം കൊള്ളും. ഇനി ആ മീനിനെ കാണുമ്പോൾ നാമറിയാതെ പദ്യവും ഓർമയിലെത്തും. അതിനാൽ ഇടക്ക് പഠനമുറിയുടെ അറേഞ്ച്മെന്റ് മാറ്റുക. കുറഞ്ഞതു രണ്ടു മാസത്തിലൊരിക്കൽ. മേശയും കസേരയും ഇടുന്ന രീതി, മേശപ്പുറത്തു സാധനങ്ങൾ വയ്ക്കുന്ന രീതി, ഇവയൊക്കെ മാറ്റുന്നത് ചിലവൊന്നും ഉണ്ടാക്കില്ല. അതുപോലെ ഇടക്കു ചെറിയ യാത്രകൾ നടത്തുക. ദൂരെ യാത്ര വേണമെന്നല്ല, ചെറു ദൂരം, മ്യൂസിയം വരെ അല്ലെങ്കിൽ ടൗൺ വരെ, അതുമല്ലെങ്കിൽ മാളുകളിൽ.. ഇനി പഠിക്കാനിരിക്കുമ്പോൾ നമുക്ക് ചേർത്തു ചിന്തിക്കുവാൻ കുറേ കാഴ്ച്ചകൾ മനസിൽ ഭദ്രം. അതുപോലെ വളരെ സന്തോഷത്തോടെയിരിക്കുന്നതും പ്രധാനമാണ്. കൂട്ടുകാരും നമുക്ക് വേണ്ടതുണ്ട്. അവരുമായി എന്നും അൽപ്പസമയം തമാശകൾ പറഞ്ഞിരിക്കുന്നത്, പഠിക്കുവാനുള്ള ഊർജ്ജം കൂട്ടുകയേ ഉള്ളൂ (എന്നാൽ തമാശ മാത്രമായിപ്പോകരുതെന്നു മാത്രം).

നമ്മൾ മനസിലാക്കേണ്ട ഏറ്റവും പ്രധാനപ്പെട്ട കാര്യം വിജയം, അത് ഏതു ഘട്ടത്തിലേതുമാകട്ടെ, അതു യാദൃശ്ചികമോ, ഭാഗ്യമോ അല്ല. മറിച്ച്, അതൊരു ശീലവും അതുവഴി ഒരാളുടെ സ്വഭാവവുമായി മാറുന്ന ഒന്നാണെന്നാണ്. അതിനാൽ തന്നെ പഠനം, അത് ഏത് തരം പഠനവുമാകട്ടെ, എന്തിന്റെ പഠനവുമാകട്ടെ, പഠിക്കുന്നതൊരു ശീലമായി മാറണം.

തീരെ പഠിച്ചു തുടങ്ങിയിട്ടില്ലേ?

എങ്കിൽ, ദാ ഇപ്പോൾ മുതൽ തയ്യാറാകൂ.

എന്നും രാവിലെ 10 മിനിട്ടു (അത്ര മാത്രം മതി) പഠിക്കുക. ആ പത്തു മിനിട്ടു സമയം മറ്റൊന്നും ചിന്തിക്കരുത്. എന്തു തന്നെയുമാകട്ടെ, പഠിക്കുക. അത് ഒരാഴ്ച തുടരുക. അടുത്ത ആഴ്ച 10

എന്നത് ഇരുപതു മിനിട്ടാക്കുക, ക്രമേണ ഒരു മാസം കൊണ്ട്, അത് 2 മണിക്കൂറിലേക്ക് എത്തിക്കുക. ഇനി പഠനം സ്വഭാവികമായി സംഭവിക്കും.

പഠനത്തിൽ നമ്മളെ സഹായിക്കുന്ന ചിലതുണ്ട്. ചാർട്ടുകൾ, ടേബിളുകൾ, ഗ്രാഫുകൾ തുടങ്ങിയവ. ഇവയും ഓർമയെ സ്വാധീനിക്കും പോസിറ്റീവായി തന്നെ. അതുപോലെ തന്നെ ബുദ്ധിമുട്ടുള്ള കാര്യങ്ങൾ രാവിലെ തന്നെ പഠിക്കണം അതു വൈകുന്നേരത്തെ പഠനത്തിനു പ്രചോദനം നൽകും. പഠനത്തിൽ ഓരോ ആഴ്ചയും മണിക്കൂറും, മിനിട്ടും നമ്മുടെ നിയന്ത്രണത്തിലായിരിക്കണം.

പണത്തെക്കുറിച്ചൊരു ചൊല്ലുണ്ട്,

'ആറ്റിൽക്കളഞ്ഞാലും അളന്നു കളയണമെന്ന്'

അതു തന്നെയാണ് സമയത്തെക്കുറിച്ചും പറയുവാനുള്ളത്. നമ്മുടെ ഓരോ സെക്കന്റും നമ്മുടെ അറിവോടെ വേണം കടന്നു പോകാൻ. വെറുതേ കിടന്നതോ, ടി.വി കണ്ടതോ, ഇൻസ്റ്റയും ഫേസ്ബുക്കും നോക്കിയതോ ആകട്ടെ. പക്ഷേ, അതു നമ്മുടെ ബോധത്തോടെയാകണം. നമുക്ക് അറിയുവാനാകണം.

സ്മാർട്ട് പഠനത്തിൽ ഏറ്റവും പ്രധാനമായ മറ്റൊരു പോയിന്റ് കൂടി പറയാം. അത് എല്ലാവർക്കും ഇഷ്ടമുള്ളത് തന്നെ.

ഉറക്കം!

അതെ, ഉറക്കവും പഠനവും തമ്മിലെന്ത്? 6 മുതൽ 7 മണിക്കൂർ ഉറക്കം പഠനത്തിന് ഏറെ ഗുണം ചെയ്യും. ഓരോ വ്യക്തികൾക്കനുസരിച്ച് ഉറക്കത്തിന്റെ ദൈർഘ്യം കൂടുകയോ കുറയുകയോ ചെയ്തേക്കാം, എന്നാലും ഉറക്കം ആവശ്യമുണ്ട്. രാത്രിയിലെ ഗാഢനിദ്രയാണ് ആരോഗ്യത്തിന് ഏറ്റവും ഉത്തമം. ഇനി മറ്റൊരു തരം ഉറക്കം കൂടിയുണ്ട്. ചെറു മയക്കങ്ങളാണത്. 5 മിനിറ്റിലേറെ നീളാത്ത കുഞ്ഞു മയക്കം. രാവിലെ മുതൽ പഠിക്കുകയാണോ? തീർച്ചയായും, രണ്ടു മൂന്നു മണിക്കൂറുകൾ പഠിച്ചാൽ അറിയാതെ ഉറക്കം വരും. ഒന്നും നോക്കണ്ട. ഉറങ്ങുക. ആ ഉറക്കം തലച്ചോറിന് അത്യാവശ്യമാണ്. പത്തു മിനിറ്റ് എടുത്താലും സാരമില്ല. ഉണരുമ്പോൾ കൂടുതൽ ഉൻമേഷം തോന്നും. കൂടുതൽ പഠിക്കാനുമാകും. ചെറിയ ഇടവേളകളിൽ ചെറിയ ഉറക്കം ശീലിക്കാം. കട്ടിലിൽ കിടന്നു വിശാലമായ ഉറക്കമല്ല. മറിച്ച് ഇരിക്കുന്ന കസേരയിൽ തന്നെ തല ചരിച്ചുവെച്ചൊരു കുഞ്ഞു മയക്കം. ഉറക്കമാണ്

മസ്തിഷ്കത്തിന്റെ ഭക്ഷണം. അതു കൃത്യമായും അത് ആവശ്യപ്പെടുമ്പോഴും നൽകുന്നതിൽ ശുഷ്കാന്തി കാണിക്കണം. അതുപോലെ തന്നെ, വ്യായാമവും, മെഡിറ്റേഷനും ആരോഗ്യത്തിനും, അതുവഴി നന്നായി പഠിക്കുവാനും സഹായിക്കും.

സ്മാർട്ടായ പഠനത്തിലെ മറ്റൊരു ചേരുവ ടെസ്റ്റ് പേപ്പറുകൾ എഴുതി ശീലിക്കുന്നതാണ്. സ്വന്തമായി തന്നെ ചോദ്യങ്ങൾ ഉണ്ടാക്കുകയും അത് എഴുതുകയും ചെയ്യുക. പരീക്ഷയിൽ ഏറെ സഹായിക്കും ഈ പരിശീലനം. ചോദ്യങ്ങൾ ഉണ്ടാക്കാൻ പഠിക്കുന്നത് വലിയൊരു കാര്യമാണ്. എല്ലാ ഉത്തരത്തിലും ചോദ്യമുണ്ടാകും. അത് കണ്ടെത്തണമെന്നു മാത്രം. അങ്ങനെ വന്നാൽ തിരിച്ചും മറിച്ചും ചോദിച്ചാൽ പോലും ഉത്തരം വിട്ടുപോകില്ല.

പഠനമെന്നത് ആരും നിർബന്ധിച്ചു ചെയ്യിക്കേണ്ടതല്ല. മറിച്ചു സ്വന്തം ഉത്തരവാദിത്വത്തിൽ വരുന്ന കാര്യമായി സ്വീകരിക്കണം. അപ്പോൾ പഠനം മാധുര്യമുള്ള പാൽപ്പായസമാകും.

ഇന്നത്തെ, പഠനകാലത്ത് ചിലത് ഒഴിവാക്കേണ്ടതായി വരും. അത് പ്രധാനമായും സോഷ്യൽമീഡിയ അഡിക്ഷനാണ്. അത് സമയ നഷ്ടത്തിനും ലക്ഷ്യബോധം നശിപ്പിക്കുവാനും കാരണമാകും. അതുപോലെ കൂട്ടുകെട്ടുകളിൽപ്പെട്ടുള്ള ബോധപൂർവ്വമായ ഉഴപ്പും. ശ്രദ്ധ തിരിക്കുന്ന ഒന്നിലും അറിഞ്ഞു കൊണ്ട് പോയി ചാടാതിരിക്കുക. ഒപ്പം സ്വയം മോട്ടിവേറ്റഡ് ആകുക. മുൻഗാമികളുടെ വഴി മനസിലാക്കുക. അത് പഠിക്കുവാൻ കൂടുതൽ വിശ്വാസം തരും.

ആവർത്തിക്കട്ടെ, വിജയിക്കുവാൻ കുറുക്കുവഴികളില്ല.
ഒഴിവാക്കേണ്ടത്, നിർബന്ധമായും ഒഴിവാക്കുക.
അന്തിമവിജയം, നിങ്ങളുടേതാണ്.

○○

8
പരീക്ഷയ്ക്ക് തയ്യാറെടുക്കുമ്പോൾ

പരീക്ഷയുടെ സമയമായാൽ വിദ്യാർത്ഥികളെ രണ്ടു ഗ്രൂപ്പുകളായി തരം തിരിക്കാം. സിസ്റ്റമാറ്റിക് ആയി പഠിച്ചു വന്നവർ, ടൈംടേബിൾ കിട്ടിയ ശേഷം മാത്രം പഠനത്തെക്കുറിച്ചു ചിന്തിക്കുന്നവർ. രണ്ടു കൂട്ടരുടെയും ഉന്നം ഒന്നാണെങ്കിലും ലക്ഷ്യങ്ങളിൽ വ്യത്യാസമുണ്ടാകും. ആദ്യത്തെ കൂട്ടർ ഉന്നത വിജയം ലക്ഷ്യമിടുമ്പോൾ രണ്ടാമത്തെ കൂട്ടർക്ക് ആവശ്യം പരീക്ഷയിലെ ജയം മാത്രമാകും.

പക്ഷേ, രണ്ടു കൂട്ടർക്കുമിടയിൽ പൊതുവായ ഒരു ഘടകമുണ്ട്. പരീക്ഷ.

കൃത്യമായ ടൈംടേബിൾ വച്ചു, എല്ലാ ദിവസവും നിശ്ചിത മണിക്കൂറുകൾ പഠിച്ചു, ടെസ്റ്റ് പേപ്പറുകളും, മോക് ടെസ്റ്റുകളും എഴുതി ഒരു വർഷത്തെ തയ്യാറെടുപ്പോടെ, അല്ലെങ്കിൽ ഒരു സെമസ്റ്ററിന്റെ തയ്യാറെടുപ്പോടെ പരീക്ഷയെ നേരിടുന്ന ഒരു വിദ്യാർത്ഥിയെ സംബന്ധിച്ചു, പരീക്ഷാ ദിവസത്തിനു തൊട്ടു മുന്നേയുള്ള 40 മുതൽ 60 ദിവസം ചോദ്യപേപ്പറുകൾ ചെയ്തു പരിശീലിക്കേണ്ട സമയമാണ്. അതായതു പരീക്ഷ എഴുതുന്ന പോലെ തന്നെ, ചോദ്യങ്ങൾക്ക് ഉത്തരമെഴുതുക. ക്ലാസ് നോട്ടുകളിലൂടെ കടന്നു പോകുക. അത്രമാത്രം. എന്നാൽ, കുറേയൊക്കെ പഠിച്ചിട്ടുണ്ട്. പക്ഷേ, സിസ്റ്റമാറ്റിക് ആയിട്ടല്ല, അതല്ലെങ്കിൽ, തീരെ പഠിച്ചിട്ടില്ല എന്നിങ്ങനെയുള്ളവർ പഠനം ശരിയായ വിധത്തിൽ ആരംഭിക്കുവാൻ പോകുന്നതേയുള്ളൂ.

ഇവിടെ നമ്മൾ സ്വയം ചില തീരുമാനങ്ങളെടുക്കണം. കുറേയൊക്കെ പഠിച്ചവർ, വെറുതേ പോയി എഴുതിയാൽ ചിലപ്പോൾ ജയിച്ചുവെന്നു വരാം. പക്ഷേ, അവർക്കറിയാം ആ ജയം, തോൽവിക്കു സമമാണെന്ന്. ഉപരിപഠനമോ, പഠിച്ച മേഖലയിൽ സ്കോളർഷിപ്പോ, വിദേശ പഠനമോ, ജോലിയോ ഒക്കെ കൈവിട്ടു പോകും. ക്യാമ്പസ് ഇന്റർവ്യൂവിൽ, പഠനത്തിൽ മികവു പുലർത്തു

ന്നവർക്കാണിടം. ഇനി, 'ഓ, എനിക്കങ്ങനെ വലിയ ആഗ്രഹമൊന്നുമില്ല. ജയിച്ചാൽ മതി. എന്തെങ്കിലും ജോലി ചെയ്തു ജീവിച്ചോളാം.' എന്നാണോ? എങ്കിൽ പിന്നെ പഠിക്കേണ്ട ആവശ്യമേ ഇല്ലല്ലോ. അടിസ്ഥാന വിദ്യാഭ്യാസം മാത്രം ആവശ്യപ്പെടുന്ന എത്രയോ ജോലികളുണ്ട്. അതിനു പോകാമല്ലോ. പക്ഷേ, അതല്ല കാര്യം. പഠിക്കുവാനുള്ള സാഹചര്യമുണ്ടായിട്ടും, അതിനു തുനിയാതെ കറങ്ങി നടന്നു ഒടുവിൽ ജീവിതത്തിൽ നിത്യവൃത്തിക്കായി നെട്ടോട്ടമോടുമ്പോൾ സ്വയം പഴിക്കാനിട വരും. അന്നു സ്വയം കുറ്റപ്പെടുത്തി, മദ്യത്തിലും ലഹരിയിലും ജീവിതമൊടുങ്ങുമ്പോൾ ഓർക്കുക, ഇതു പോലെ കോടിക്കണക്കിനു മനുഷ്യർ വെറുതെ ജനിച്ചു മരിച്ചിരിക്കുന്നു. അതിലൊരു എണ്ണം മാത്രമാണു താനെന്ന്.

മനുഷ്യനെ സൃഷ്ടിച്ചത് ആരുമാകട്ടെ, സ്വയം ഉരുത്തിരിഞ്ഞു വന്നതോ, ദൈവം ഒരുനാൾ സൃഷ്ടിച്ചതോ ആകട്ടെ, അവന്റെ മസ്തിഷ്കത്തോളം മികച്ച കണ്ടെത്തൽ മറ്റൊന്നുമില്ല. അതിന്റെ ശേഷിയുടെ നാലിലൊരംശം പോലും ഉപയോഗിക്കണ്ട ലോകമോർക്കുന്ന, ഒരാളായി മാറുവാൻ, ശിലായുഗത്തിൽ നിന്നിങ്ങോട്ട്, എത്രമാത്രം നാം പുരോഗമിച്ചിരിക്കുന്നു. ആ പരിഷ്കൃത ലോകത്തിലെ ഒരു കണ്ണിയാണു നമ്മൾ. വിദ്യാർത്ഥിയെന്ന നിലയിൽ, ലോകത്തിനോട്, സ്വന്തം രാഷ്ട്രത്തിനോട്, വീട്ടുകാരോട് എല്ലാറ്റിനും ഉപരിയായി അവനവനോടു തന്നെയൊരു കടപ്പാടുണ്ട്. ആ കടപ്പാടു തീരുവാൻ ഏറെയൊന്നും ചെയ്യേണ്ടതില്ല.

നമ്മൾ പഠിക്കുന്നതു ഏതു ക്ലാസിലുമാകട്ടെ, ഏതു കോഴ്സിനുമാകട്ടെ, അതിൽ ഉന്നത വിജയം കൈവരിക്കുക. അത്രമാത്രം.

അപ്പോൾ ഇനി പരീക്ഷാ തന്ത്രങ്ങളിലേക്ക്.

ഇതൊരു യുദ്ധമാണ്. എതിരാളികൾ നിസാരക്കാരല്ല.

1. നമ്മുടെ ഏകാഗ്രത
2. നമ്മുടെ ഓർമശക്തി
3. ബോറടിയില്ലാതെ പഠിക്കുവാൻ ഇരിക്കാനുള്ള മനസ്
4. ഉത്കണ്ഠ
5. തോൽക്കുമെന്ന ഭയം. അതു നിമിത്തമുണ്ടാകാവുന്ന ആരോഗ്യ പ്രശ്നങ്ങൾ.

ഇവയെല്ലാം തന്നെ അവനവനിലാണന്നും പുറമേയല്ലെന്നും പിടികിട്ടിയല്ലോ.

അതായത്, യുദ്ധം അവനവനുമായാണ്. സ്വന്തം മനസിന്റെ യഥാർത്ഥ്യങ്ങളിൽ നിന്നുള്ള ഒളിച്ചോട്ടത്തിനോടാണ്. പഠനമാരംഭിക്കും മുമ്പ് മുകളിൽപ്പറഞ്ഞ എതിരാളികളെ കീഴടക്കണം. അതിനു വേണ്ടത് എന്താണെന്നു നോക്കാം.

ആദ്യത്തേത്, ഏകാഗ്രത.

ഒരു വിദ്യാർത്ഥിക്കു ഏകാഗ്രതയുടെ ആവശ്യമെന്താണ്?

പഠിക്കുവാൻ ഇരുന്നാലല്ലേ പഠിത്തം ആരംഭിക്കുവാനാകൂ? അവസാന നിമിഷങ്ങളിൽ നമുക്ക് അനാവശ്യമായി കളയുവാൻ ഒരു സെക്കന്റ് പോലുമുണ്ടാകില്ല. ആ സമയത്ത് ഏകാഗ്രതയില്ലെങ്കിൽ എങ്ങനെ പാഠം വായിക്കും. ബുക്കും കൊണ്ട് ഇരിക്കാം. പക്ഷേ ഒരു വരി പോലും മനസിലേക്കു കയറിയിട്ടുണ്ടാവില്ല, അതുമല്ലെങ്കിൽ, ഒരു അഞ്ചു മിനിട്ടു നേരം പോലും ശ്രദ്ധിക്കുവാൻ സാധിക്കുന്നുണ്ടാവില്ല.

ഇവിടെ ഏറ്റവും എളുപ്പത്തിൽ ശ്രദ്ധയെ പിടിച്ചുകെട്ടുവാനുള്ള വഴി, മൊബൈൽ ഫോൺ ഉപേക്ഷിക്കുക എന്നതാണ്. തത്ക്കാലം എല്ലാ സോഷ്യൽ മീഡിയ ആക്ടിവിറ്റികളും അൺ ഇൻസ്റ്റാൾ ചെയ്യുക. അടുത്തത്, അദ്യ ദിവസങ്ങളിൽ ഇത്തരം ഒരു കടുത്ത തീരുമാനം മാനസികമായി അസ്വസ്ഥതകൾ സൃഷ്ടിക്കും എന്നു തിരിച്ചറിയുക. പക്ഷേ, തോൽക്കരുത്. പരീക്ഷ കഴിഞ്ഞാൽ ഫോണും ഈപ്പറയുന്ന എല്ലാ ആക്ടിവിറ്റികളും തുടരാം. തത്ക്കാലം ഒരു ബ്രേക്ക്. അത്രമാത്രം.

ഇനി ഓർമശക്തിയുടെ കാര്യം. ഒരു നാണയത്തിന്റെ രണ്ടു വശങ്ങളാണ് ഏകാഗ്രതയും ഓർമ ശക്തിയും. ഏകാഗ്രത വന്നാൽ ഓർമ കൂടെ വന്നുകൊള്ളും.

മൂന്നാമത്തേത് ബോറടിയാണ്.

ഒരു ചോദ്യം മാത്രം. നിങ്ങളുടെ സൂപ്പർ സ്റ്റാറിന്റെ സിനിമ അഞ്ചു വട്ടം കണ്ടതാണ് എന്നാലും ടിവിയിൽ വീണ്ടും വന്നാൽ കണ്ടിരിക്കുവാൻ സാധിക്കാറില്ലേ? നിങ്ങളുടെ കൂട്ടുകാരോട് ചാറ്റു ചെയ്യാനിരുന്നാലോ? ഒന്ന്, രണ്ട്, മൂന്ന്.. മണിക്കൂറുകൾ കടന്നു പോകുന്നതു പോലും അറിയില്ല. അപ്പോൾ ബോറടി എന്ന വിഷയം താത്പര്യവുമായി ബന്ധപ്പെട്ടിരിക്കുന്നുവെന്നു കാണാം. അതായത് പഠനത്തിൽ താത്പര്യം ഉണ്ടാകണം. താത്പര്യം വെറുതേ ഉണ്ടാകില്ല. അതിനു കാരണമുണ്ടാകണം. അതായത് പഠിച്ചാലുള്ള നേട്ടത്തെക്കുറിച്ചു സ്വയം ബോധ്യം വേണം. അതൊരു

അനിവാര്യതയായി മാറണം. അപ്പോൾ ബോറടി എന്ന സംഗതിയും മറികടക്കാം. അതില്ലാതെ പറ്റില്ല എന്ന ഘട്ടം വരുമ്പോൾ ബോറടിക്കൊന്നും സ്ഥാനമില്ലെന്നു കാണാം. വിശന്നിരിക്കുമ്പോൾ ബോറടിക്കാറുണ്ടോ? ദാഹിക്കുമ്പോഴും അങ്ങനെ തന്നെ, അടിസ്ഥാന കാര്യങ്ങൾക്ക് അങ്ങനെയില്ലെങ്കിൽ പഠനത്തെ നിങ്ങൾ അങ്ങനെ കാണുന്നില്ലെന്നാണ് അർത്ഥം. അതു കൊണ്ട് ഈ നിലപാട് തിരുത്തേണ്ടിയിരിക്കുന്നു.

ഇനിയുള്ളത് ഉത്കണ്ഠയും ആകാംക്ഷയും ഒക്കെയാണ്. കാരണം, പഠിച്ചിട്ടില്ല എന്ന ബോധ്യവും, പഠിച്ചു തീർക്കുവാനാകുമോ എന്ന ചിന്തയും. ഇതിനെ മറികടക്കാൻ, പഠിച്ചു തുടങ്ങുക എന്നതു മാത്രമാണു പോംവഴി.

അടുത്തത്, ഭയം കൊണ്ടുണ്ടാകുന്ന ആരോഗ്യ പ്രശ്നങ്ങളാണ്. പരീക്ഷക്കാലം, സ്വാഭാവികമായും സാംക്രമിക രോഗങ്ങളുടെയും കാലമാണ് (കോവിഡ് 19-നെ ഒഴിച്ചു നിർത്തുന്നു). പലതരം ഇൻഫെക്ഷനുകളും, വൈറൽപ്പനികളും, ചിക്കൻപോക്സുമൊക്കെ പടർന്നു പിടിക്കുന്ന കാലം. പലപ്പോഴും പരീക്ഷയെ ഏറെ ഭയക്കുന്നവർക്കു ശ്വാസം മുട്ടലും കാണാറുണ്ട്. പകർച്ചപ്പനികളിൽ നിന്നൊക്കെ രക്ഷ കിട്ടാൻ വീട്ടിലിരുന്നുള്ള പഠനം സഹായിക്കും പുറത്തേക്ക് അധികം കറങ്ങി നടക്കുന്ന ശീലം മുൻപുണ്ടായിരുന്നുവെങ്കിൽ അതു തത്കാലത്തേക്കു വേണ്ടെന്നു വയ്ക്കാം, പുറത്തു നിന്നുള്ള ഭക്ഷണത്തോടും തത്കാലം വിട പറയാം. വീട്ടിലുണ്ടാക്കുന്ന ഭക്ഷണം തന്നെയാവും സുരക്ഷിതം. ഇനിയുള്ളത് അസുഖമുണ്ടെന്ന തോന്നലുകളും അങ്ങനെയുണ്ടാകുന്ന അസുഖങ്ങളുമാണ്. ഇവിടെ സ്വയം മനസിലാക്കേണ്ട ഒന്നുണ്ട്. അസുഖത്തിന്റെ പേരിൽ പരീക്ഷ എഴുതാതിരുന്നാൽ നഷ്ടമാകുന്നത് ഒരു വർഷമോ സെമസ്റ്ററോ ആകും. റിസൾട്ട് എന്തുമാകട്ടെ, ഒരു കൈ നോക്കാമെന്നു നിശ്ചയിക്കുക. അപ്പോൾ ധൈര്യം വരും.

ഇനി എങ്ങനെയാണ് ഈ പരീക്ഷയ്ക്കു വേണ്ടിയുള്ള ലാസ്റ്റ് മിനിട്ട് തയ്യാറെടുപ്പ് എന്നു നോക്കാം.

1. വലിച്ചു വാരി പഠിക്കാൻ ഇനിയൊട്ടും സമയമില്ല എന്നതു മനസിൽ വയ്ക്കുക.

2. അത്യാവശ്യമായി ഡൗൺലോഡ് ചെയ്തു പ്രിന്റ് എടുക്കേണ്ടതു സിലബസ് ആണ്.

3. ഇനി ഓർക്കാനുള്ള കാര്യം, സിലബസിലെ 30-40% ഭാഗത്തു

നിന്നാണ് പരീക്ഷയുടെ 60-70 % ചോദ്യങ്ങളും വരിക.

4. പഴയ ചോദ്യപ്പേപ്പറുകൾ വെബ്സൈറ്റിൽ ലഭ്യമാണെങ്കിൽ പ്രിന്റൗട്ട് എടുക്കുക. ഒപ്പം, സോൾവ്ഡ് ക്വസ്റ്റ്യൻ ബാങ്ക് വാങ്ങുക.

5. പഠന സമയം കുറഞ്ഞതു 12 മണിക്കൂറായി നിജപ്പെടുത്തുക.

6. പഠനത്തിനപ്പുറം മറ്റൊന്നും ചിന്തിക്കാതിരിക്കുക.

7. പഠിക്കുന്ന മുറിയിൽ കട്ടിൽ വേണ്ട. ഇനി മറ്റു മാർഗമില്ലെങ്കിൽ കിടക്കയും മറ്റും രാത്രി എടുക്കാൻ പാകത്തിൽ മറ്റെവിടെയെങ്കിലും വക്കുക. കട്ടിൽ ചരിച്ചു വച്ചേക്കുക.

8. ടൈംടേബിൾ ഉണ്ടാക്കുക. പലപ്പോഴും യൂണിവേഴ്സിറ്റി പരീക്ഷകൾക്കിടയിൽ ഗ്യാപ്പ് കൂടുതലുണ്ടാകും. അങ്ങനെ ഉണ്ടെങ്കിൽ അതുകൂടി മനസിൽ വച്ചു വേണം ടൈം ടേബിൾ ഉണ്ടാക്കേണ്ടത്.

9. ടൈം ടേബിളിൽ ഒരു ദിവസം രണ്ടു വിഷയങ്ങളെങ്കിലും ഉൾപ്പെടുത്തുക.

10. രാവിലെ 5 മണി മുതൽ പഠനം ആരംഭിക്കാം. അതിൽ 05:30 മുതൽ 07:30 വരെയുള്ള സമയം നന്നായി ഏകാഗ്രത കിട്ടുന്ന സമയമാണ്. പുതുതായി പഠിക്കേണ്ടവ പഠിച്ചു തുടങ്ങുവാൻ ആ സമയം ഉപയോഗിക്കാം.

11. ഉറപ്പുള്ള, ആവർത്തിച്ചു ചോദിക്കുന്ന ചില ചോദ്യങ്ങളുണ്ടാകും. അത് ആദ്യം കൺസെപ്റ്റു പഠിക്കുകയും തുടർന്ന് എഴുതിപ്പഠിക്കുകയും ചെയ്യുക. എഴുതുമ്പോൾ തോന്നും സമയം കൂടുതൽ എടുക്കുന്നുവെന്ന്. എന്നാലത് നന്നായി ഓർമയിൽ തങ്ങും.

12. പ്രത്യേകം ഓർക്കുവാനുള്ള പ്രധാന പോയിന്റ് ഇനി പറയുന്നു. കൺസെപ്റ്റ് മനസിലാക്കിക്കഴിഞ്ഞാൽ ഇനി ഒരു വട്ടം വായിച്ചാൽ മതിയാകും. അതേ പാരഗ്രാഫ് വീണ്ടും വായിക്കുന്നത് സമയനഷ്ടം മാത്രമേ ഉണ്ടാക്കുകയുള്ളൂ. അതിനു പകരം അതു ഓർത്തെടുക്കുവാൻ വേണം ശ്രമിക്കേണ്ടത്. പിന്നീട് സ്വയം എഴുതുകയും വേണം.

13. ഉറക്കം വളരെ പ്രധാനമാണ്. തലച്ചോറിന് ആവശ്യത്തിന് വിശ്രമം നൽകണം. ഏഴു മുതൽ 8 മണിക്കൂർ ഉറക്കവും, ആവശ്യമെങ്കിൽ ഉച്ച ഉറക്കവും ഓർമ വർദ്ധിപ്പിക്കും.

14. വ്യായാമം വേണം. അര മണിക്കൂർ വ്യായാമമെങ്കിലും ചെയ്യേണ്ടതുണ്ട്. ഇത് ഏകാഗ്രത വർദ്ധിപ്പിക്കും. അതുപോലെ ടെൻഷൻ കുറയ്ക്കും.

15. പരീക്ഷയ്ക്കു വേണ്ട സാമഗ്രികൾ തലേ ദിവസം വാങ്ങാമെന്നു കരുതരുത്. പേന, പെൻസിൽ, സ്കെയിൽ, കാൽക്കുലേറ്റർ തുടങ്ങിയവ നേരത്തെ വാങ്ങുക, ഹാൾ ടിക്കറ്റ് ഫോട്ടോ പതിക്കേണ്ടതുണ്ടെങ്കിൽ ഫോട്ടോ പതിച്ചു വയ്ക്കുക. ഇവ ബാഗിൽ കൃത്യമായി എടുത്തു വയ്ക്കണം. പലരും മറന്നു പോകുന്ന ഒന്നാണ് ഹാൾ ടിക്കറ്റ് എന്നതുകൂടി മനസിൽ വയ്ക്കുക.

16. പരീക്ഷാക്കാലമായാൽ മുൻ കോപം, ആരെടാ ഞാനെടാ സ്വഭാവം, വെറുതേ മറ്റുള്ളവരെ പ്രകോപിപ്പിക്കൽ തുടങ്ങിയവയ്ക്കും കൊടുക്കാം ഒരു ഷോർട്ട് ബ്രേക്ക്. കാരണം, ഒന്നു കൊടുത്തു പത്തു വാങ്ങിക്കെട്ടിയിട്ടു കരയാനിരുന്നാൽ ആർക്കാനഷ്ടം? അവനവനു മാത്രം. കാരണം, അത്രയും സമയം പോയിക്കിട്ടും. സമയത്തോളം വില പിടിപ്പുള്ള മറ്റൊന്നുമില്ലീ ഘട്ടത്തിൽ.

കൃത്യമായ രീതിയിൽ പ്ലാൻ ചെയ്തു പഠിച്ചു വരുന്നവർ പരീക്ഷാസമയത്ത് എന്തൊക്കെ ശ്രദ്ധിക്കണമെന്നു കൂടി നോക്കാം.

1. പരീക്ഷയ്ക്ക് ഒരു മാസമുള്ളപ്പോൾ റിവിഷൻ എന്നതിനും പരീക്ഷ എഴുതി പഠിക്കുന്നതിനുമാണ് പ്രാധാന്യം നൽകേണ്ടത്.

2. ചോദ്യങ്ങളുടെ പാറ്റേൺ പ്രധാനമാണ്. പുതിയ സിലബസിൽ അത്തരത്തിൽ മാറ്റങ്ങൾ വന്നിട്ടുണ്ടോ എന്ന് അധ്യാപകരോടു നേരത്തെ ചോദിച്ചു മനസിലാക്കേണ്ടതാണ്.

3. ദിവസവും ആവശ്യത്തിനു ഉറക്കം, വ്യായാമം എന്നിവ നിർബന്ധമാണ്.

4. പ്രോട്ടീനും, കാർബോഹൈഡ്രേറ്റും, വൈറ്റമിനുകളും ഉൾപ്പെടുന്നതാകണം ഭക്ഷണം.

5. മെഡിറ്റേഷനും പ്രാർത്ഥനയും പഠനത്തിന്റെ ഭാഗം തന്നെ. ഏകാഗ്രത വർദ്ധിപ്പിക്കുമത്.

6. പുതുതായി യാതൊന്നും പഠിക്കുവാൻ ശ്രമിക്കേണ്ടതില്ല. എന്നാൽ വളരെ പ്രധാനപ്പെട്ടതാണെന്ന് ഉറപ്പുണ്ടെങ്കിൽ ഒരു ടൈം സ്ലോട്ട് അതിനു നൽകി പഠിക്കാം.

7. കൃത്യമായി പഠിച്ചു വന്നവർ ഓരോ അധ്യായത്തിലേയും നീണ്ട ചോദ്യങ്ങൾക്കു ഉത്തരം എഴുതിപ്പോയാൽ മതി. കാരണം, അതിൽ ഒറ്റവാക്യത്തിൽ ഉത്തരം കണ്ടെത്തേണ്ടവ ഉൾപ്പെട്ടിരിക്കും.

8. സയൻസ് വിഷയങ്ങളിൽ ചിത്രങ്ങൾ, ഗ്രാഫുകൾ എന്നിവ വരച്ചു അടയാളപ്പെടുത്താം. കണക്കിൽ തിയറങ്ങൾ എഴുതിത്തന്നെ ഓർമയിൽ ഉറപ്പിക്കാം. ഹിസ്റ്ററിയിൽ, വർഷങ്ങൾ, കാല

ഘട്ടം തുടങ്ങിയവയ്ക്കു പ്രാധാന്യം നൽകണം. അവ മാത്രം എഴുതിപ്പോകണം. അതുപോലെ മാപ്പുകൾ പ്രധാനമാണ്.

ഭാഷയിൽ വ്യാകരണവും വിട്ടു പോകാതെ ഓർമയിൽ വയ്ക്കണം. പദ്യങ്ങൾ പഠിക്കുവാനുണ്ടെങ്കിൽ അതു പൂർണമായും പഠിക്കുന്നതു നല്ലതാണ്. കാരണം, ആ ഓർമയിൽ പദ്യവുമായി ബന്ധപ്പെട്ടു വരുന്ന എല്ലാ ചോദ്യങ്ങൾക്കും ഉത്തരമെഴുതുവാൻ സാധിക്കും.

പരീക്ഷാത്തലേന്ന് എന്താണ് ചെയ്യേണ്ടത്?

ഒപ്പം പരീക്ഷാസമയത്ത് എന്തൊക്കെ ശ്രദ്ധിക്കണം?

1. പരീക്ഷയുടെ തലേ ദിവസം സമ്മർദ്ദം കൂടുതൽ അനുഭവപ്പെട്ടാൽ, വ്യായാമം ചെയ്താൽ അതു കുറേ ലഘൂകരിക്കപ്പെടും. അതിനാൽ നിർബന്ധമായും വ്യായാമവും, മെഡിറ്റേഷനും മുടക്കാതിരിക്കുക.

2. എന്താവും? എന്തൊരു ചിന്ത വേണ്ടേ വേണ്ട. മുൻകൂട്ടി പഠിച്ചവരാണെങ്കിലും, തട്ടിക്കൂട്ടു പഠനം നടത്തിയവരാണെങ്കിലും ഒന്നുറപ്പാണ്, നമ്മൾ ധാരാളം ചോദ്യപ്പേപ്പറുകൾ കണ്ടു കഴിഞ്ഞതാണ്. അതിനാൽ ചോദ്യ പാറ്റേണുകൾ പരിചിതമാണ്. ഏറ്റവും പ്രധാന ഭാഗങ്ങൾ വിട്ടുപോയിട്ടുമില്ല. അതിനാൽ കൂളാവുക.

3. തലേ ദിവസം വാരിവലിച്ചു വായിക്കാൻ നിൽക്കരുത്. ഓരോ ചാപ്റ്ററിലേയും നീണ്ട ചോദ്യങ്ങളുടെ ഉത്തരങ്ങൾ മനസിൽ ഓർക്കുകയോ, പോയിന്റുകൾ മാത്രം എഴുതുകയോ ചെയ്യാം. ഫോർമുലകൾ, മാപ്പുകൾ, ഗ്രാഫുകൾ, ഡയഗ്രങ്ങൾ ഒക്കെ ഒന്നു എഴുതി നോക്കുക. വരച്ചു നോക്കുക.

4. തീരെ പഠിക്കാത്ത പാഠങ്ങൾ തത്കാലം കണ്ടില്ലെന്നു വയ്ക്കുക. അവ പഠിക്കണമെന്ന ആഗ്രഹം മാറ്റിവെക്കുന്നതാവും നല്ലത്.

5. സ്വന്തം കുറവുകളെക്കുറിച്ചു ചിന്തിക്കേണ്ട നേരമല്ലിത്. എന്തൊക്കെ പ്ലസ് പോയിന്റുകൾ ഉണ്ടെന്നു നോക്കുക. അതു മാത്രം ഓർത്താൽ മതി.

6. രാത്രി ഉറക്കമൊഴിഞ്ഞു പഠിക്കാമെന്ന ചിന്തയും വേണ്ട. പത്തു മണിക്കു തന്നെ ഉറങ്ങുവാൻ കിടക്കണം. രാവിലെ 5 മണിക്ക് ഉണരുകയും വേണം.

7. പരീക്ഷയ്ക്ക് ഇറങ്ങുന്നതിനു മുൻപ് മുതിർന്നവരുടെ അനുഗ്രഹം വാങ്ങുന്ന കൂട്ടത്തിൽ രണ്ടു കാര്യം മറക്കരുത്.

1. ഹാൾ ടിക്കറ്റ്

2. പ്രാതൽ കഴിക്കുവാൻ

8. പരീക്ഷാ സെന്ററിൽ എത്തിയാൽ ആദ്യം കേൾക്കുന്ന ചോദ്യം ഇതാവും. 'എല്ലാം പഠിച്ചോ?' ഇത്തരം കൊച്ചുവർത്തമാനങ്ങൾക്കു നിൽക്കാതിരിക്കുകയാവും നല്ലത്. ഒന്നു പുഞ്ചിരിച്ച്, സ്വന്തം സീറ്റിലേക്കു പോവുക.

9. ചോദ്യപേപ്പർ കിട്ടുമ്പോൾ വല്ലാത്ത പരിഭ്രമം വേണ്ട. ദീർഘശ്വാസമെടുത്ത് മെല്ലെ പുറത്തുവിട്ടു മനസു ശാന്തമാക്കുക.

10. ചോദ്യപേപ്പറിൽ മൂന്നു തരത്തിൽ ചോദ്യങ്ങളുണ്ടാവും. നന്നായി അറിയുന്നവ, ഒട്ടും അറിയാത്തത്, കുറേയൊക്കെ അറിയുന്നവ. അറിയുന്ന ചോദ്യങ്ങൾ പെൻസിൽ കൊണ്ടു ടിക് ചെയ്യാം. സമയം കളയാതെ അതു ചോദ്യ നമ്പർ ഇട്ടു കൊണ്ട് എഴുതാം. അടുത്തത് കുറെ അറിയുന്നവ. അവയും ചോദ്യത്തിനനുസരിച്ച് അറിയുന്ന കാര്യങ്ങൾ എഴുതാം. അടുത്തത് തീരെ അറിയാത്തവ ആയിരിക്കും. നെഗറ്റീവ് മാർക്കില്ലാത്ത ബോർഡ് എക്സാം ആണെങ്കിൽ, തീരെ അറിയാത്തവയിലും ഒരു കൈ വയ്ക്കാം. അതായതു ചോദ്യം നന്നായി വായിക്കുക. അതുമായി ബന്ധപ്പെടുത്തി എന്തെങ്കിലും എഴുതാൻ സാധിക്കുമെങ്കിൽ എഴുതാൻ ശ്രമിക്കുക. ഒന്നുമില്ലാതെയിരിക്കുന്നതിലും നല്ലതാണ് ശ്രമിക്കുന്നത്.

11. ഒരു മാർക്കിന്റെ ചോദ്യത്തിന് രണ്ടു പോയിന്റുകൾ ആകും വേണ്ടത്. അതിനു വേണ്ടി വാരിവലിച്ച് എഴുതരുത്.

12. വലിയ ചോദ്യങ്ങൾക്ക് ഉത്തരമെഴുതുമ്പോൾ, ഹെഡിങ്ങുകളുടേയും സബ് ഹെഡിങ്ങുകളുടേയും അടിയിൽ വരയ്ക്കണം.

13. വൃത്തിയുള്ള കൈപ്പട നല്ല വിജയത്തിനു അത്യാവശ്യമാണ്.

14. എഴുതിക്കഴിഞ്ഞാൽ മുഴുവൻ വായിക്കണം. തെറ്റുകൾ ഉണ്ടെങ്കിൽ തിരുത്താം. വിട്ടു പോയതു കൂട്ടിച്ചേർക്കാം. ചോദ്യ നമ്പർ ശരിയായി ഇട്ടിട്ടുണ്ടോ എന്നുകൂടി നോക്കാം.

15. പുറത്തിറങ്ങുമ്പോൾ സുഹൃത്തുക്കൾ എഴുതിയ ഉത്തരങ്ങൾ അതാണോ ഇതാണോ എന്നൊക്കെ ചർച്ച ചെയ്യുന്നുണ്ടാവും. അതിനു ചെവി കൊടുക്കണ്ട. വേഗം വീട്ടിലേക്ക്. അടുത്ത പരീക്ഷയാണ് മുന്നിൽ. മറ്റൊന്നും ചിന്തിക്കേണ്ട.

പരീക്ഷയുടെ തലേന്ന് എത്ര പഠിച്ച കുട്ടിക്കും വല്ലാത്തൊരു സമ്മർദ്ദമുണ്ടായേക്കും. എന്നാൽ, അതു കൊണ്ടു കാര്യമില്ലെന്നു

തിരിച്ചറിയണം. ചോദ്യപേപ്പർ കിട്ടുമ്പോഴും ഇതേ സമ്മർദ്ദമുണ്ടായാൽ ഓർമ്മയിൽ നിന്നും ഉത്തരങ്ങൾ അനർഗനിർഗളമായി പ്രവഹിക്കാൻ കഴിയാതെ വരും. വരുന്നതു വരട്ടെ എന്ന മട്ടിൽ കൂളായി കാര്യങ്ങൾ ചെയ്യാൻ കഴിയണം. അതിനൊരു മാർഗം സമ്മർദത്തെ വരുതിയിലാക്കുകയെന്നതാണ്. വീട്ടിലാണെങ്കിൽ തന്നെയും അൽപ്പം വെള്ളം കുടിച്ചാൽ ഇത് ലഘൂകരിക്കുന്നതായി കാണാം. എത്ര വലിയ ആശങ്കയും സമ്മർദ്ദവും വെള്ളത്തിനു മുന്നിൽ മുട്ടുമടക്കും. അതു കൊണ്ടു തന്നെ പരീക്ഷാഹാളിൽ ഒരു വാട്ടർ ബോട്ടിലിൽ അൽപ്പം വെള്ളം കരുതുന്നതു ഗുണമാകും.

വിജയത്തിലേക്കുള്ള ചുവടുവെയ്പ്പിനെക്കുറിച്ച് ഇത്തരം നിരവധി കാര്യങ്ങൾ അറിയേണ്ടതുണ്ട്. ഇതൊക്കെയും വിജയത്തിന്റെ അടിസ്ഥാനങ്ങളുമാണ്. അവ പരീക്ഷയ്ക്ക് മുന്നേ പരീക്ഷിച്ചു നോക്കുക. ഉചിതമായതെന്നു തോന്നുന്നത് സ്വീകരിക്കുക.

പരീക്ഷയിൽ ഒന്നാമതെത്തുക!

9
ഒരു മിനിറ്റ് കൊണ്ടു മടി മാറ്റാം

പലപ്പോഴും എല്ലാവരും ചിന്തിക്കുന്ന ഒരു കാര്യമുണ്ട്, എങ്ങനെയാണ് ഒരു ലക്ഷ്യം നേടിയെടുക്കുക? എല്ലാവരുടെയും മടിയാണ് ഇതിനു പിന്നിലെ കാരണമെന്നു തിരിച്ചറിയുക. കേൾക്കുമ്പോൾ അത്ര പ്രധാനമാണോ ഇക്കാര്യം എന്നു തോന്നാം. എന്നാൽ മറ്റെന്തിനേക്കാളും പ്രധാനമായ ഒന്നാണ് ഇത്. കാരണം, ബഹുഭൂരിപക്ഷം പേരും ലക്ഷ്യം നേടാതെ പരാജിതരാകുന്നതു മറ്റുള്ളവരുടെ ഇടപെടൽ കാരണമല്ല, മറിച്ച് അവനവന്റെ മടി കൊണ്ടു മാത്രമാണ്. ഇന്നു പഠിക്കാം എന്നതു മെല്ലെ ഇന്നു രാത്രിയിലേക്ക് എന്നു മാറ്റി, രാത്രി എന്നതു പിറ്റേന്നത്തേക്കു മാറ്റി അങ്ങനെ മാറ്റി മാറ്റി ഒടുവിൽ സർവ്വത്ര പ്രശ്നങ്ങളിലെത്തുക. അവസാനം അനിവാര്യമായ പരാജയം ഏറ്റുവാങ്ങുക. ഇതാണ് ഒരു പരാജിതന്റെ വഴി. ഇനി പഠനത്തിന്റെ കാര്യം മാറ്റിവയ്ക്കാം. ആരോഗ്യസംരക്ഷണവുമായി ബന്ധപ്പെട്ട ഒരു വിഷയം എടുക്കാം. വ്യായാമം ചെയ്യണം നിത്യവും എന്നു തീരുമാനിച്ചു. തീരുമാനം നല്ലതു തന്നെ. പക്ഷേ, എന്നു മുതൽ തുടങ്ങും എന്നു ചോദിച്ചാൽ തീർന്നു. കാരണം, നാളെ തുടങ്ങുമെന്നാണു മറുപടി. ഗണപതിക്കല്യാണം പോലെ ഈ നാളെ ഒരിക്കലും ഉണ്ടാവുകയുമില്ല.

എന്താണിതിനൊരു പരിഹാരം?

ജപ്പാനിൽ നിന്നൊരു ചെറിയ പരിഹാരം നമുക്കു മുന്നിലുണ്ടിന്ന്. 'കയ്സെൻ' എന്നാണ് ഈ മടി മാറ്റും സംഗതിയുടെ പേര്. മസാക്കി ഇമയ് ആണ് കയ്സെന്റെ ഉപജ്ഞാതാവ്. കയ് എന്നാൽ മാറ്റം എന്നും സെൻ എന്നാൽ അറിവ് എന്നുമാണ് അർത്ഥം. വളരെ സാവകാശമുള്ള മാറ്റം. ആ മാറ്റം, വലിയ നേട്ടങ്ങൾക്കു കാരണമാകും. ഒരു മിനിട്ടു മാത്രമെടുക്കുന്ന വിജയമന്ത്രമാണു മസാക്കി ഇമയ് കണ്ടെത്തിയത്. ഏറ്റവും അലസനായ ഒരു വ്യക്തിയെപ്പോലും മാറ്റിമറിക്കുന്നതാണ് കയ്സെൻ പരിശീലനം. ആഗോള

വ്യാപകമായി പരീക്ഷിക്കപ്പെട്ട ഈ സംഗതി വിദ്യാർത്ഥികൾക്കും തീർത്തും അനുയോജ്യം. അപ്പോൾ അതെങ്ങനെ എന്നല്ലേ?

ഏതൊരു കാര്യമാണോ നമ്മൾ ചെയ്തെടുക്കുവാൻ ആഗ്രഹിക്കുന്നത് അത് എല്ലാ ദിവസവും ഒരേ സമയത്ത് വെറും ഒരു മിനിറ്റ് മാത്രം ചെയ്യുക. ഇതാണു കയ്സെൻ. കേൾക്കുമ്പോൾ അതിശയം തോന്നാം. വെറും ഒരു മിനിറ്റ് കൊണ്ട് എന്ത് അത്ഭുതം സംഭവിക്കാനാണ്? അല്ലേ? അവിടെയാണ് ഈ പ്രക്രിയയുടെ പ്രാധാന്യം. പലപ്പോഴും നമ്മൾ പല ലക്ഷ്യങ്ങളും പറയുമ്പോഴും അതു സാധിക്കുവാൻ സാധ്യത കുറവാണ് എന്നൊരു കണക്കുകൂട്ടൽ ഉള്ളിലുണ്ടാവും.

ഉദാഹരണത്തിന്, പ്ലസ്ടൂവിന് കണക്കിൽ എ പ്ലസ് വാങ്ങണം, അതല്ലെങ്കിൽ പിഎസ്സി പരീക്ഷ പാസാകണം, ലിസ്റ്റിൽ വരണം ഇങ്ങനെ ഏതെങ്കിലും ഒരു പ്ലാൻ മനസ്സിലുണ്ടോ? എങ്കിൽ ആദ്യത്തെ ഉദാഹരണം പരിശോധിക്കാം. കണക്കിനോടു വലിയ ഇഷ്ടമൊന്നുമില്ലാതെയാണ് അഭിജിത് എന്ന വിദ്യാർത്ഥി ബയോളജിയും കണക്കും പ്ലസ് വണ്ണിന് എടുത്തത് എന്നിരിക്കട്ടെ. പ്ലസ് വൺ പരീക്ഷയിൽ വലിയ പ്രകടനമൊന്നും കണക്കിൽ കാഴ്ചവയ്ക്കാനുമായില്ല എന്നു തന്നെ കരുതുക. റിസൾട്ടു വന്ന് അല്പം വിഷമിച്ചിരിക്കുമ്പോഴാണ് അഭിജിത്തിന്റെ അച്ഛൻ പറയുന്നത് കണക്കിനു നല്ല മാർക്കു വാങ്ങി, എഞ്ചിനീയറിങ്ങും പാസ്സായി വന്നാൽ അച്ഛന്റെ സുഹൃത്തിന്റെ സ്ഥാപനത്തിൽ വിദേശത്തു ജോലി ചെയ്യുവാൻ സാധിക്കുമെന്ന്. അഭിജിത് എന്ന ശരാശരി വിദ്യാർത്ഥിയുടെ സ്വപ്നത്തിൽ ഒരു നല്ല ജോലിയെക്കുറിച്ചുള്ള സ്വപ്നം അവിടെ കടന്നു വന്നു. ഇത്ര ദിവസവും താൻ വെറുതേ കളയുകയായിരുന്നുവെന്നു തിരിച്ചറിഞ്ഞു. കണക്കിലെ കുറഞ്ഞ മാർക്കാണ് വിഷയം. മറ്റു വിഷയങ്ങൾ ഇംപ്രൂവ്മെൻറ് എഴുതി കുറച്ചു കൂടി സ്കോർ ചെയ്യാം. പക്ഷേ, കണക്കു പഠനം ഓർക്കാനേ വയ്യ, മടിയാണ്.

അങ്ങനെയാണ് അഭിജിതിന് ഒരു പരിഹാരം അവന്റെ അച്ഛൻ തന്നെ പറഞ്ഞു കൊടുക്കുന്നത്. എന്നും ഒരു നിശ്ചിത സമയത്ത് വളരെ കുറച്ചു സമയം കണക്കു പഠിക്കുക. തുടക്കത്തിൽ ഒരാഴ്ച അച്ഛനും മകനും രാത്രി എട്ടര മണിക്കു കണക്കു നോട്ട് ബുക്കിലെ ഏറ്റവും എളുപ്പമുള്ള ഒരു ചോദ്യത്തിനു മാത്രം ഉത്തരം കാണുക എന്ന പദ്ധതിയുണ്ടാക്കി. ഏതൊരു കൊച്ചു കുട്ടിക്കും പെട്ടെന്ന്

ഉത്തരം പറയാവുന്നത്ര എളുപ്പമുള്ള ഒന്നോ രണ്ടോ ചോദ്യങ്ങൾ മാത്രം എടുത്ത് അതിനു മാത്രം ഉത്തരമെഴുതുക. തുറന്നു പറയട്ടെ, അഭിജിത്ത് ആദ്യത്തെ ഒരാഴ്ചയും അതിൽ എന്തെങ്കിലുമൊരു വിശ്വാസം കണ്ടെത്തിയില്ല. അച്ഛൻ നടത്തുന്ന ഒരു പാഴ്ശ്രമം മാത്രമാണിതെന്നു കണക്കു കൂട്ടി. പക്ഷേ, അച്ഛൻ നിരാശനായില്ല, ക്ഷമയോടെ കാത്തു.

രണ്ടാമത്തെ ആഴ്ച അച്ഛൻ അവനെ പഠിക്കാൻ വിളിച്ചില്ല. പക്ഷേ, എട്ടരയോടെ മൊബൈൽ ഒക്കെ മാറ്റിവച്ച് അവൻ സ്വയം കണക്കു പുസ്തകം തുറന്നു ഒരു സെറ്റുചോദ്യങ്ങൾക്ക് ഉത്തരമെഴുതിത്തുടങ്ങി. ആരും ഒന്നും പറയാതെ തന്നെ ആ പഠനം അരമണിക്കൂർ നീണ്ടു. അതൊരു തുടക്കമായി. അഭിജിതിന്റെ നോട്ടുപുസ്തകത്തിനൊപ്പം പിറ്റേന്നു മുതൽ മറ്റൊരു നോട്ടുബുക്ക് പ്രത്യക്ഷപ്പെട്ടു. അതിൽ ഉത്തരം സ്വയം കണ്ടെത്താൻ സാധിക്കാത്തവയും, സംശയങ്ങളും അവൻ എഴുതിയിട്ടു. പിറ്റേന്നു ടീച്ചറോടു പറഞ്ഞു സംശയങ്ങൾ മാറ്റി. പിന്നൊരു ആഴ്ച കൂടിയേ വേണ്ടി വന്നുള്ളൂ അര മണിക്കൂർ ഒരു മണിക്കൂറിലേക്കു മാറുവാനായി. ഇതിനിടയിൽ ഇംപ്രൂവ്മെന്റ് പരീക്ഷ കടന്നു പോയി. സ്വയം അവിശ്വസനീയമായി അതിൽ 96 % മാർക്കും വാങ്ങിയെടുത്തു അഭിജിത്. ഇന്നിപ്പോൾ അവനു എഞ്ചിനീയറിങ്ങ് അച്ഛൻ പറഞ്ഞ ഒരു പ്രലോഭനത്തിൽ നിന്നും ഉണ്ടായ ഒരു ആഗ്രഹമല്ല. മറിച്ചു തനിക്കതു സാധിക്കുമെന്നുള്ള ആത്മവിശ്വാസമായി മാറിക്കഴിഞ്ഞു.

ഇനി അടുത്ത ഉദാഹരണം നോക്കാം, അതിൽ വിവാഹവും കഴിഞ്ഞു ഒരു കുഞ്ഞുമുള്ള ദിവ്യക്ക് ഒരു സർക്കാർ ജോലിയാണു ലക്ഷ്യം. അതിനായി മത്സരപരീക്ഷകൾക്കു തയ്യാറെടുക്കണം. പക്ഷേ.... അതെ. ഈ 'പക്ഷേ'യിൽ തട്ടിയാണു നമ്മുടെ ലക്ഷ്യങ്ങൾ അകന്നു പോകുന്നത്. വീട്ടുജോലികൾ, കുഞ്ഞിന്റെ പരിപാലനം, ഇതിനിടയിൽ പഠിക്കുന്നതെങ്ങനെ? ഇതായിരുന്നു ദിവ്യയുടെ വിഷയം. എന്നാൽ ദിവ്യയുടെ യഥാർത്ഥ പ്രശ്നം മറ്റൊന്നായിരുന്നു. പഠിക്കാനിരിക്കാൻ മൂഡ് കിട്ടുന്നില്ല. എന്തെങ്കിലും വായിക്കാനെടുത്താൽ മറ്റെന്തെങ്കിലും ചിന്ത കടന്നു വരും. ഒടുവിൽ ദിവ്യയും കയ്സെനിലേക്ക് എത്തിപ്പെട്ടു. രാവിലെ നാലര മണിക്കു കുഞ്ഞ് നല്ല ഉറക്കമായിരിക്കും. യാതൊരു ബഹളങ്ങളുമില്ല. ആദ്യം ദിവ്യ ആ സമയത്ത് ഉറക്കമുണരുക മാത്രമാണു ചെയ്തത്. തുടർന്നു പ്രഭാതകൃത്യങ്ങൾക്കു ശേഷം വെള്ളവും

കുടിച്ചു കഴിഞ്ഞു വെറുതേ പുസ്തകങ്ങൾ മറിച്ചു നോക്കുക മാത്രം ചെയ്തു. ചില ചോദ്യങ്ങളിലൂടെ കണ്ണോടിച്ചു പോവുക മാത്രം. പഠിക്കാൻ യാതൊരു ശ്രമവും നടത്തിയില്ല. അതിനു ശേഷം പുറത്തെ തണുത്ത കാറ്റുകൊണ്ട് അല്പദൂരം നടന്നു. അതിരാവിലെ ഉറക്കമുണർന്ന കിളികളുടെ ശബ്ദം കേട്ടു. ഉദിച്ചുയരുന്ന ചുമന്ന സൂര്യഗോളത്തെ കണ്ടു നിന്നു.

അതായിരുന്നു തുടക്കം. മെല്ലെ പഠനം അതിന്റെ വഴിയിൽ വന്നു തുടങ്ങി. കൃത്യം ഒരു മണിക്കൂറിലേക്ക് അതുയർന്നു വരുവാൻ വെറും രണ്ടാഴ്ച സമയമേ വേണ്ടിവന്നുള്ളൂ. അത്രയുമായപ്പോൾ, ഉച്ചനേരത്തു കുഞ്ഞുറങ്ങുന്ന കുറച്ചു സമയം കൂടി കണ്ടെത്താൻ ദിവ്യക്കു സാധിച്ചു. അതൊരു പതിവായി. മെല്ലെ, ഇതിനിടയിൽ കുഞ്ഞുണർന്നാലും അവനെ അടുത്തു കിടത്തി സ്വന്തം പഠനം മുന്നോട്ടു കൊണ്ടു പോകുവാൻ സാധിക്കുമെന്നായി.

പഠിച്ചു തുടങ്ങുമ്പോൾ നമ്മളിൽ ആത്മവിശ്വാസമുയരും, ആ ആത്മവിശ്വാസം നമ്മളെ കൂടുതൽ മുന്നോട്ടു നയിക്കും.

ഇതു തന്നെ പുതിയൊരു ഭാഷ പഠിക്കാൻ, ആയോധന കല പഠിക്കാൻ, ഉപകരണസംഗീതം പഠിക്കാൻ, അങ്ങനെ എന്തു പുതിയതും പഠിക്കുവാൻ കയ്സെൻ ഒരു മാർഗമാണ്. ചില ശീലങ്ങൾ മാറ്റിയെടുക്കുവാനും ഇതേ രീതി പ്രയോഗിക്കാം. യാതൊരു തിരക്കും കൂട്ടാതെ ക്രമമായി നിരന്തരമായി നമ്മൾ ഒരു കാര്യം ചെയ്യുക, മെല്ലെ അതിൽ ആനന്ദം കണ്ടെത്തുക. ആ ആനന്ദത്തിലൂടെ അറിവും വിജ്ഞാനവും വർദ്ധിപ്പിക്കുക.

ഠഠ

10
വഴി തെറ്റരുത്

പഠന കാര്യങ്ങളിൽ ആൺകുട്ടികൾ പെൺകുട്ടികൾക്കു പിന്നിലാകുന്നുവെന്നത് കുറേയേറെക്കാലങ്ങളായി നമ്മൾ പൊതുവേ പറഞ്ഞു പോകുന്ന പരാമർശമാണ്. അതിനു കാരണവും ഒപ്പം ഉയർന്നു വരും. മറ്റൊന്നുമല്ല, പെൺകുട്ടികൾ അടങ്ങിയിരുന്നു പഠിക്കും, അല്ലെങ്കിൽ കാണാതെ പഠിക്കും. പക്ഷേ, ആൺകുട്ടികൾക്ക് അതു സാധ്യമല്ല, അല്ലെങ്കിൽ അങ്ങനെ ഒരു അച്ചടക്കത്തോടെയുള്ള പഠനം സാധ്യമല്ല. ഇതിൽ എന്തെങ്കിലും വസ്തുതയുണ്ടോ?

ആൺക്കുട്ടികളിൽ വരുന്ന മാറ്റം ശ്രദ്ധേയമാണ്. അവർ വലിയ പുരുഷന്മാരായി മാറുന്നുവെന്നും കായികമായും ബൗദ്ധികമായും മറ്റുള്ളവരെക്കാൾ മുന്നിലാണെന്ന തോന്നലും കുട്ടികളുടെ സ്വഭാവത്തെയും മാറ്റിമറിക്കും. അവരുടെ മുന്നിൽ വളരെ പെട്ടെന്നാണ് കാലം മാറിക്കൊണ്ടിരിക്കുന്നത്. വിവരസാങ്കേതികവിദ്യയുടെ മുന്നേറ്റം, വിപ്ലവകരമായ മാറ്റങ്ങൾ, സാമൂഹികമായ ഇടപെടലുകൾ എല്ലാം ചേർന്ന് കുട്ടികളിലും വലിയ മാറ്റങ്ങൾ സൃഷ്ടിക്കുന്നുണ്ട്. ഇത്തരത്തിൽ മാറുന്ന കുട്ടികൾക്ക് ആവശ്യമായ ഗൈഡൻസ് നൽകുക എന്നത് വലിയ കാര്യമാണ്. വഴി തെറ്റുന്നുവെന്ന തോന്നൽ രക്ഷിതാക്കൾക്ക് ഉണ്ടാകുമ്പോൾ തന്നെ വടിയെടുക്കണമെന്നു ചുരുക്കം. ഇവിടെ വടി എന്നത് മർദ്ദന ഉപകരണമായി അല്ല കാണേണ്ടത്. മറിച്ച്, കുട്ടികളോട് കൃത്യമായി കാര്യം പറഞ്ഞു മനസിലാക്കാൻ കഴിയണം. അതിനു രക്ഷിതാക്കൾക്ക് കഴിയുന്നില്ലെങ്കിൽ ഒരു കൗൺസിലറുടെ സഹായം തേടാം. ഇതിനായി നിരവധി കൗൺസിലർമാർ ഇന്നു സ്കൂളുകളിൽ തന്നെയുണ്ട്. തന്റെ കുട്ടിക്ക് മാനസികമായ പിന്തുണ ആവശ്യമുണ്ട് എന്നു തുറന്നു പറയുന്നത് വലിയൊരു കുറവായി കാണേണ്ടതില്ല. അത്തരം സാഹചര്യങ്ങളിൽ അധ്യാപകരുടെ സഹായം തേടാം. അവരുടെ ഉപദേശാനുസരണം പ്രവർത്തിക്കാം.

ഇതിനൊപ്പം ചേർത്തുവായിക്കേണ്ട മറ്റൊരു കാര്യം കൂടിയുണ്ട്. കൗമാരകാലഘട്ടത്തിലേക്കു കടക്കുന്നതോടെ ആൺകുട്ടികൾക്കു പഠനത്തിൽ തീരെ ശ്രദ്ധ കേന്ദ്രീകരിക്കുവാൻ സാധിക്കാതെ വരുന്നുവെന്നൊരു പരാതി പൊതുവേയുണ്ട്. അതുമല്ലെങ്കിൽ പഠനത്തേക്കാൾ പ്രാധാന്യമുള്ളത് മറ്റു പലതുമായി മാറുന്നു. ഇതെങ്ങനെ പരിഹരിക്കും. എങ്ങനെ യാണ് ഈ ഒരു പ്രതിസന്ധി തരണം ചെയ്യുക?

ഉത്തരം വളരെ ലളിതമാണ്.

പഠനത്തോടു താത്പര്യം ഉണ്ടാക്കുക.

അതെങ്ങനെ, അതാണല്ലോ പ്രശ്നങ്ങൾക്കെല്ലാം കാരണം. അതെങ്ങനെയാണു പരിഹരിക്കുക? പഠനമാകട്ടെ, പഠനമാവശ്യമുള്ള എന്തു കാര്യവുമാകട്ടെ ഒന്നാമതായി അതിന്റെ ആവശ്യകത സ്വയം ബോധ്യപ്പെടണം. ഇത് ഏതു പ്രായത്തിലുമുള്ള ഏതു വിഭാഗത്തിൽപ്പെടുന്ന വിദ്യാർത്ഥികൾക്കും ബാധകമാണ്. ചില ഉദാഹരണങ്ങൾ നോക്കാം.

മിഥുൻ പത്താം ക്ലാസിലാണു പഠിക്കുന്നത്. ഏഴാം ക്ലാസുവരെ മിഥുൻ അമ്മയുടെ നേരിട്ടുള്ള മേൽനോട്ടത്തിലാണു ഹോം വർക്കുകൾ ചെയ്തതിരുന്നതും പഠിച്ചിരുന്നതും. എട്ടാം ക്ലാസ് മുതൽ അവൻ പുതിയ സ്കൂളിലേക്കു മാറി. അമ്മയുടെ മേൽനോട്ടം പഴയതു പോലെ വേണ്ട എന്നായി. പഠിക്കുവാൻ ധാരാളമുണ്ട്. ഈ സമയത്തു തന്നെയാണ് മിഥുൻ അവന്റെ ക്ലാസിലെ ഒരു പെൺകുട്ടിയെ ശ്രദ്ധിച്ചു തുടങ്ങിയത്. പഠിക്കാൻ പുസ്തകം തുറക്കുമ്പോൾ ആ കുട്ടിയെക്കുറിച്ചുള്ള ചിന്ത കടന്നു വരുന്നു. മെല്ലെ പഠനം അവസാനിക്കുകയും വെറുതേ ചില ചിന്തകൾക്കു പിന്നാലെ മനസു സഞ്ചരിക്കുകയും ചെയ്തു തുടങ്ങി. പിന്നെ ഉറക്കത്തിലേക്കും വഴുതി വീഴുന്ന ദിവസങ്ങൾ. ഇന്നത്തേത് നാളേക്കു മാറ്റി. നാളെയും ഇന്നിന്റെ ആവർത്തനം. പരീക്ഷയുടെ ടൈംടേബിൾ വരുമ്പോൾ മിഥുന് മനസിലായി ഇനി കാര്യങ്ങൾ എളുപ്പമല്ല എന്ന്. വായിക്കുവാനോ ശ്രദ്ധ കേന്ദ്രീകരിക്കുവാനോ സാധിക്കുന്നില്ല. കമ്പ്യൂട്ടറിൽ സെർച്ച് ചെയ്താൽ മറ്റു ചില കാഴ്ചകൾ കാണാം എന്ന കൂട്ടുകാരുടെ പ്രലോഭനം. ഒടുവിൽ എട്ടാം ക്ലാസ് ഒരു വിധത്തിൽ കടന്നു. അതു വരെ ക്ലാസിൽ തൊണ്ണൂറ്റഞ്ചു ശതമാനം വാങ്ങിയ കുട്ടി പിന്നീട് വെറും കടന്നു കൂടൽ മാത്രമായി മാറുന്ന കാഴ്ച. വീട്ടിലും ഈ സ്ഥിതി പ്രശ്നങ്ങൾ

രൂക്ഷമാക്കി. അമ്മയുടെ പരിഭവം, അച്ഛൻ മിണ്ടുന്നില്ല. നന്നായി സ്കോർ ചെയ്യുന്ന അനിയന്റെ കളിയാക്കൽ. മെല്ലെ അവൻ കൂടുതൽ കൂടുതൽ നിരാശനായി. ഇപ്പോൾ പത്താം ക്ലാസിൽ.

ഇവിടെ മിഥുൻ എന്ന വിദ്യാർത്ഥിക്കു സംഭവിച്ചത് താൻ എന്തിനാണു പഠിക്കേണ്ടത് എന്ന അറിവ് ഇല്ലാതിരുന്നു എന്നതിനാലാണ്. അച്ഛനും അമ്മയും ടീച്ചർമാരും പറയുന്നു പഠിക്കണമെന്ന്. പഠിച്ചാലേ നല്ല കോഴ്സിന് അഡ്മിഷൻ കിട്ടൂ. നല്ല ജോലി കിട്ടൂ, ഇതാണ് കേരളത്തിലെ ഒട്ടുമിക്ക വിദ്യാർത്ഥികളും കേട്ടു വളരുന്നത്. പഠിക്കുന്നത് ജോലിക്കു വേണ്ടി എന്നതാണ് നമ്മളെല്ലാം വിശ്വസിക്കുന്നത്. ജോലി, പിന്നെ കുടുംബം, വീട്, കാറ്....

ഇതെല്ലാം ആവശ്യങ്ങൾ തന്നെയാണ്. പക്ഷേ, ഒരു എട്ടാം ക്ലാസുകാരന്റെ മുന്നിൽ അത്യാവശ്യം ഇതൊന്നുമല്ല. അവനു കളിക്കണം, വളർച്ചയുടെ കാലഘട്ടത്തിലെ കൗതുകങ്ങൾക്കു പിന്നാലെ പോകണം. അപ്പോൾ അവനു മനസിലാകുന്ന വിധത്തിലാണു പഠിക്കേണ്ടതിന്റെ ആവശ്യകത അറിയിക്കേണ്ടത്. നമ്മൾ പഠിക്കുന്നത് ജീവിതത്തിൽ ഒരു ജോലി നേടുവാൻ മാത്രമല്ല. ഇന്നത്തെ ലോകം അറിവിന്റെ ലോകമാണ്. ആ അറിവിന്റെ ലോകത്തിൽ അറിവില്ലാത്തവർ പിന്തള്ളപ്പെട്ടു പോകും. ഏതൊരു കാര്യവും കൂടുതൽ ആഴത്തിൽ പഠിക്കണമെങ്കിൽ അടിസ്ഥാനപരമായി ധാരാളം കാര്യങ്ങൾ അറിഞ്ഞിരിക്കേണ്ടതുണ്ട്.

ഉദാഹരണത്തിന്, ഒരാൾക്കു വീടുകൾ തോറും കയറിയിറങ്ങി കച്ചവടം ചെയ്യലാണു ജോലി എന്നു കരുതുക. അയാൾക്ക് എന്തെല്ലാം അറിവുകൾ വേണം? ആദ്യം അയാൾ വിൽക്കുന്ന സാധനത്തെക്കുറിച്ച് അറിവു വേണം. അതു വായിച്ചു മനസിലാക്കണമെങ്കിൽ അടിസ്ഥാന ഭാഷാപരിചയം വേണം. വിൽക്കുമ്പോൾ പണം കൈമാറും. അതിന് കണക്കുകൂട്ടൽവേണം. അടിസ്ഥാന ഗണിതം ഇവിടെ ആവശ്യമുണ്ട്. ഇനി ഈ കച്ചവടം അല്പം വിപുലമാക്കണം. അപ്പോൾ മറ്റുള്ളവരുമായി കൂടുതൽ ഇടപെടൽ വേണം. ഈ ഘട്ടത്തിൽ വിദ്യാലയത്തിൽ നമ്മൾ അറിയാതെ പഠിക്കുന്ന ചിലതു സഹായത്തിനെത്തും. മറ്റുള്ളവരോടുള്ള ഇടപെടൽ, പ്രശ്നങ്ങൾ വരുമ്പോൾ കൃത്യമായ സംശയ നിവാരണം എങ്ങനെ ചെയ്യണം തുടങ്ങിയ കാര്യങ്ങൾ അവിടെയാണു പഠിക്കുക. ഈ വിധത്തിൽ നോക്കുമ്പോൾ ഏതു ജോലിയിലും പല പല മേഖലകളിലെ അടിസ്ഥാനപരമായ അറിവ് അത്യാവശ്യമാ

ണെന്നു കാണാം. ഇനി മിഥുനിലേക്ക് തിരിച്ചുവരാം.

ഇവിടെ, പുതിയ സ്കൂൾ അന്തരീക്ഷവും അത്ര കാലം തന്റെ മേലുള്ള അമിത ശ്രദ്ധയിൽ വന്ന കുറവും അവനിൽ അലസത സൃഷ്ടിച്ചു. ഒപ്പം വളരുന്ന കാലഘട്ടത്തിൽ മറ്റേതൊരു കുട്ടിയിലും ഉണ്ടാകുന്ന സ്വാഭാവികമായ കൗതുകങ്ങൾ അവനിൽ സ്വാധീനം ചെലുത്തുവാൻ സാധിച്ചു. ആദ്യമാദ്യം നാളെ നാളെ എന്ന ചിന്തയിലും പിന്നീട് ഇനി ഒന്നും ചെയ്യാനില്ല എന്ന ഘട്ടത്തിലുമെത്തി. ഇത്തരത്തിൽ എത്രമാത്രം കുട്ടികൾ ഉണ്ടെന്നോ? അവരനുഭവിക്കുന്ന മാനസിക സംഘർഷം മുതിർന്നവർക്കു മനസിലാക്കുവാൻ സാധിക്കുകയുമില്ല.

എന്താണ് പരിഹാരം?

ഒന്നാമതായി അവൻ ഒരു മോശം കുട്ടിയല്ല എന്ന ചിന്ത അവനിൽ കൊണ്ടുവരണം. അതിന് അച്ഛനമ്മമാർക്കു തന്നെയാണ് സാധിക്കുക. ഒന്നു ചേർത്തു പിടിച്ച് അവനു പറയാനുള്ളതു തുറന്നു പറയുവാൻ അനുവദിക്കുക. ചെറിയ തെറ്റുകൾ കണ്ടില്ലെന്നു വയ്ക്കുക. പഠിക്കുന്നത് എന്തെങ്കിലും ഒരു ജോലിക്കു വേണ്ടിയല്ല മറിച്ച് സമാധാനവും സന്തോഷവും ഉള്ള ഒരു ജീവിതത്തിനു വേണ്ടിയാണെന്നു മനസിലാക്കിക്കുക. കഴിഞ്ഞു പോയ വർഷങ്ങളെക്കുറിച്ചു ഒന്നും പറയേണ്ടതില്ല. എന്നാൽ ഇനി മുന്നോട്ട് എങ്ങനെ എന്ന് അവനോടു തന്നെ ചോദിക്കാം. അതിനൊരു പരിഹാരം ഒരുമിച്ചിരുന്നു കണ്ടെത്താം. ലക്ഷ്യം നിർണ്ണയിക്കാം. അച്ഛനു മകനോടു പറയുവാൻ ധാരാളം കാര്യങ്ങൾ ഉണ്ട്. മകന്റെ പ്രായം ഒരിക്കൽ അച്ഛനും കടന്നു പോയതാണ്. അന്ന് അത്തരം ചിന്തകളെ എങ്ങനെയാണു നേരിട്ടതെന്നു അവനോടു പറഞ്ഞു കൊടുക്കാം. അവനവൻ സ്വയം ഉയർന്നു കഴിഞ്ഞാൽ തനിക്കിണങ്ങിയ പെൺകുട്ടിയെ കണ്ടെത്തുവാൻ പ്രയാസമുണ്ടാകില്ലെന്നും ധൈര്യം പകരാം.

പഠിക്കുവാൻ, കൂടുതൽ മികവോടെ മുന്നേറാൻ അവനൊരു കാരണമുണ്ടാകുക എന്നതാണു പ്രധാനം. ഒരിക്കൽ ആ യാഥാർത്ഥ്യം ശരിയായ അർത്ഥത്തിൽ അവൻ മനസിലാക്കിയാൽ മോശം കൂട്ടുകെട്ടുകളിൽപ്പെടാതെ പ്രലോഭനങ്ങളിൽപ്പെടാതെ അവൻ മുന്നോട്ടു കുതിക്കും. ആരംഭഘട്ടത്തിൽ പൂർണമായ പ്രോത്സാഹനം നൽകുക. ചെറിയ മുന്നേറ്റങ്ങൾ പോലും പരിഗണിക്കുകയും അഭിനന്ദിക്കുകയും ചെയ്യുക. പതറുന്ന ഘട്ടത്തിൽ

പരിഹാരമാർഗങ്ങൾ നിർദ്ദേശിക്കുക എന്നതും പ്രധാനമാണ്. പ്രചോദനാത്മകമായ പുസ്തകങ്ങൾ വായിക്കുവാൻ സാഹചര്യമൊരുക്കണം. നാമറിയാതെ അവരുടെ മനസുകളിൽ വലിയ ലക്ഷ്യങ്ങൾ രൂപം കൊള്ളും. ഒരിക്കൽ അത്തരമൊരു ലക്ഷ്യം രൂപപ്പെട്ടാൽ പിന്നെ ആരുടെയും താങ്ങില്ലാതെ തന്നെ അവർ ശക്തമായി തന്നെ മുന്നേറും.

ശരിയാണ്, കൗമാരക്കാരായ ആൺക്കുട്ടികൾ പെട്ടെന്നു പഠനത്തോടു മുഖം തിരിക്കുന്നവരാണ്. പക്ഷേ, അതവരെ കാര്യങ്ങൾ വേണ്ടവിധത്തിൽ ബോധ്യപ്പെടുത്താത്തതിനാലാണ്. അവരെ തിരിച്ചറിയണം, കാര്യങ്ങൾ പരിഹരിക്കാനാകാത്ത വിധം വഷളാകും മുൻപ് അതിനു പരിഹാരം ചെയ്യണം. അതിനു മാതാപിതാക്കളോളം സഹായം മറ്റാർക്കും ചെയ്യാനാകില്ല. എന്നിരുന്നാലും അധ്യാപകർക്കും വിദ്യാർത്ഥികളെ സഹായിക്കുവാൻ സാധിക്കും. പഠനത്തിൽ പിന്നോക്കം പോകുന്നത് ആദ്യം തിരിച്ചറിയുവാനാകുന്നത് അവർക്കാണ്. വീട്ടുകാരുടെ ശ്രദ്ധയിൽ യഥാസമയം ഇക്കാര്യം എത്തിക്കുവാൻ അധ്യാപകർക്കു സാധിക്കും.

ലഹരിമരുന്നുകളുടെ ഉപയോഗത്തിലേക്ക് കുട്ടികൾ വളരെ പെട്ടെന്നു വഴി തെറ്റിപോകുന്നൊരു കാലം കൂടിയാണിത്. അക്കാര്യത്തിൽ രക്ഷിതാക്കൾ ഏറെ ശ്രദ്ധപുലർത്തണം. നഗരത്തിൽ ഏറ്റവും മുന്തിയ സ്കൂളിലാണ് പഠിക്കുന്നത്, അവിടെ അച്ചടക്കം കിറുകൃത്യമാണ് എന്ന വിശ്വാസമൊന്നും പഴയതു പോലെ ആകണമെന്നില്ല. കുട്ടികൾക്ക് ചുറ്റും രാകി പറക്കുന്ന നിരവധി ചെമ്പരുന്തുകൾ ഉണ്ടെന്നു പത്രവാർത്തകളിൽ തന്നെ കാണാമല്ലോ. നമ്മുടെ കുട്ടിയാണ്, നമുക്കുള്ളത്ര ഉത്തരവാദിത്വം മറ്റാർക്കും അവനിൽ ഉണ്ടാകില്ലെന്ന് ഓർക്കണം. തുടക്കത്തിലെ തിരുത്താൻ കഴിഞ്ഞാൽ, അത് വലിയ പ്രശ്നമായി മാറുകയില്ല. പ്രതിസന്ധികളെ പ്രശ്നങ്ങളാക്കി മാറ്റാതെ കൃത്യമായി കൈകാര്യം ചെയ്യാൻ ശ്രമിക്കണം. ഇതിനു കഴിയുന്നില്ലെങ്കിൽ ഒരു പ്രൊഫഷണലിന്റെ സഹായം തേടുന്നതും നല്ലതായിരിക്കും.

പഠനം പഴയ കാലത്തെപ്പോലെയല്ല. എങ്ങനെങ്കിലും എന്തെങ്കിലും പഠിച്ച് വളരേണ്ട കാലമല്ല മുന്നിൽ. ഏതു വിഷയത്തിലും സമഗ്രമായ അറിവ് ജീവിതത്തിൽ വലിയ മുന്നേറ്റങ്ങൾക്കു കാരണമാകും. പഠനം താത്പര്യത്തോടെയാകണമെന്നു മാത്രം. താത്പര്യം കൂടുതലെടുത്തു, വ്യക്തമായ ലക്ഷ്യത്തോടെ മുന്നേറാൻ

കൗമാര കാലഘട്ടത്തിലും പെൺകുട്ടികൾക്കു കൂടുതൽ സാധിക്കുന്നു. ഇന്നു ധാരാളം ആൺകുട്ടികളും ആ വഴി സഞ്ചരിക്കുന്നു.

ഇനി ഒരു ഉദാഹരണം കൂടി നോക്കാം. ഇതൽപ്പം കൂടി വലിയ ഒരു വിദ്യാർത്ഥിയുടെ പ്രശ്നമാണ്. പേര് അമൽ. പ്ലസ്ടൂവിനു സിബിഎസ്സി സിലബസിൽ എൺപത്തിയെട്ടു ശതമാനം മാർക്ക് വാങ്ങിയ വിദ്യാർത്ഥി. ഇന്നത്തെക്കാലത്തു 88% മാർക്ക് കിട്ടിയാലും ഇഷ്ടമുള്ള കോളേജിൽ ഇഷ്ട വിഷയത്തിനു അഡ്മിഷൻ കിട്ടുവാൻ അല്പം പ്രയാസമുണ്ട്. ഇവിടെ അമലിനു സംഭവിച്ചത് അതാണ്. അമൽ ചേരുവാൻ ആഗ്രഹിച്ചിരുന്ന ഫിസിക്സ്, ഇക്കണോമിക്സ്, ഇംഗ്ലീഷ് എന്നീ മൂന്നു വിഷയങ്ങളിലും പഠിക്കാൻ ആഗ്രഹിച്ച കോളേജിൽ അഡ്മിഷൻ കിട്ടിയില്ല. ഇതിൽ ഏതെങ്കിലും തന്നെ വേണം എന്ന നിർബന്ധത്തിൽ മറ്റ് വിഷയങ്ങളിൽ അഡ്മിഷൻ എടുക്കാൻ കൂട്ടാക്കിയതുമില്ല. ഒടുവിൽ അഡ്മിഷൻ സമയം അവസാനിക്കുന്ന ഘട്ടത്തിൽ ഒരു വിധത്തിൽ വലിയ ശുപാർശകളുടേയും മറ്റും ബലത്തിൽ കണക്കിന് ഒരു സീറ്റ് ഒപ്പിച്ചെടുത്തു. കണക്ക് അമലിന് ഇഷ്ടമുള്ള വിഷയമാണ്. നല്ല മാർക്ക് കണക്കിനു വാങ്ങിയിട്ടുമുണ്ട്. ട്യൂഷൻ പോലും വേണ്ട. ഒറ്റയ്ക്കു പഠിച്ചോളാം എന്നു തന്നെ അമൽ വീട്ടുകാർക്കു വാക്കു കൊടുക്കുകയും ചെയ്തു.

ക്ലാസുകൾ തുടങ്ങി. ആദ്യം വില്ലനായതു ഐച്ഛിക വിഷയങ്ങളാണ്. പ്ലസ്ടൂവിനു പഠിച്ചതിന്റെ തുടർച്ചയാണ്. പക്ഷേ, എല്ലാം അങ്ങോട്ടു പിടി കിട്ടുന്നില്ല. ഈ സമയത്ത് ഒരു ബൈക്ക് കോളേജിൽ പോയി വരാനായി വീട്ടുകാർ എടുത്തു കൊടുത്തു. അതോടെ വണ്ടിയെടുത്ത് ഒരു ലക്ഷ്യവുമില്ലാതെ സഞ്ചരിക്കുന്ന പുതിയ ഹോബി ആരംഭിച്ചു. പഠിക്കാൻ സമയം കിട്ടാതായി തുടങ്ങി. തലേന്നു പഠിപ്പിച്ചതൊന്നും തന്നെ ഒന്നു മറിച്ചു നോക്കാത്തതിനാൽ തന്നെ അന്നന്നത്തെ പാഠങ്ങളും പിടികിട്ടാതായി. വലിയ കുട്ടിയല്ലേ, വീട്ടുകാരും പിന്നാലെ നടക്കുന്നതു അവസാനിപ്പിച്ചിരുന്നു. ചുരുക്കത്തിൽ, പല പരീക്ഷകളും എഴുതാതെ, വളരെ ദയനീയമായി, ശരാശരിയിലും ഉയർന്ന നിലവാരം കാത്തുസൂക്ഷിച്ചിരുന്ന ഒരു വിദ്യാർത്ഥിയുടെ പഠനം താത്കാലികമായിട്ടാണെങ്കിൽ പോലും അവസാനിക്കുന്ന കാഴ്ച.

ഒരു ഉദാഹരണം കൂടി ശ്രദ്ധിക്കാം. ഇവിടെ കഥാപാത്രം ഒരു പെൺകുട്ടിയാണ്. വളരെ മിടുക്കിയായ പെൺകുട്ടി. അവളെ നമു

ക്ക് സൗമ്യ എന്നു വിളിക്കാം. പ്ലസ്ടുവിനു 95% മാർക്ക്. ഇഷ്ട വിഷയം ഇക്കണോമിക്സ്ന് ആഗ്രഹിച്ച കോളേജിൽ തന്നെ അഡ്മിഷൻ കിട്ടി. പഠനത്തിൽ മുന്നിൽ. അധ്യാപകരുടെ റാങ്ക് പ്രതീക്ഷ. എല്ലാം തകിടം മറിഞ്ഞതു പെട്ടന്നാണ്. ഡിഗ്രി രണ്ടാം വർഷം പഠിക്കുമ്പോൾ ഒരു പ്രണയബന്ധം ആരംഭിച്ചു. പരീക്ഷയിൽ മാർക്കു കുറവ് സംഭവിക്കാത്തതിനാൽ തന്നെ ഈ വിവരം അധികമാരും തിരിച്ചറിഞ്ഞുമില്ല. മൂന്നാം വർഷത്തിൽ സിവിൽ സർവ്വീസ് പരീക്ഷക്കുള്ള തയ്യാറെടുപ്പുകൾ പോലും നടത്തി വന്നിരുന്ന സൗമ്യ, മോഡൽ പരീക്ഷയുടെ സമയത്ത് കാമുകന്റെ ശക്തമായ പ്രേരണയിൽ വീട്ടിൽ നിന്നും ഇറങ്ങിപ്പോയി. പുതിയ ജീവിതം. പക്ഷേ, പഠനത്തിന്റെ വഴിയിലെ ഏറ്റവും വലിയ വിഘാതമായി ആ ഇറങ്ങിപ്പോക്ക്. അച്ഛനമ്മമാരുടെ കരഞ്ഞു പറച്ചിലും അധ്യാപകരുടെ ഇടപെടലും ചെറിയ ഫലം ചെയ്തു. ഫൈനൽ സെമസ്റ്റർ പരീക്ഷ എഴുതി. റാങ്ക് വാങ്ങേണ്ട കുട്ടി അവസാന സെമസ്റ്ററിൽ പല വിഷയങ്ങളിലും ശരാശരി പ്രകടനം മാത്രം കാഴ്ചവച്ചു.

നമുക്കു മുന്നിൽ രണ്ട് ഉദാഹരണങ്ങൾ ഇപ്പോഴുണ്ട്. പഠനത്തിനിടയിൽ ഒന്നു ശ്രദ്ധ പാളിയപ്പോൾ സംഭവിച്ച തോൽവികൾ. ഇത് ആർക്കും സംഭവിക്കാം. വിധി, ജാതകദോഷം, അഹങ്കാരം, എന്നൊക്കെ കാഴ്ചക്കാർക്കു കാരണം നിരത്താം. എന്നാൽ യഥാർത്ഥത്തിൽ ഇവിടെ രണ്ടു പേർക്കും ഒരേ പിഴവാണു സംഭവിച്ചത്. യഥാർത്ഥ ലക്ഷ്യമെന്തെന്നു തിരിച്ചറിഞ്ഞ് ആ ലക്ഷ്യത്തിൽ മനസുറപ്പിക്കുവാൻ സാധിച്ചില്ല. പഠിക്കുമ്പോൾ യാതൊരു വിധത്തിലുമുള്ള പാഠ്യേതര പ്രവർത്തനങ്ങൾ ഉണ്ടാകരുത് എന്നല്ല. ബൈക്ക് ഓടിക്കരുതെന്നോ കൂട്ടു കൂടരുതെന്നോ അല്ല. എന്തിനും മീതെ പഠനം എന്ന ചിന്ത ഉണ്ടായിരിക്കണം എന്നതാണു പ്രധാനം. വേണ്ട, പഠനത്തിലല്ല കളികളിലാണോ താത്പര്യം? അതു തിരിച്ചറിഞ്ഞ് അതിൽ വേണ്ട പരിശീലനം നേടണം. അവിടേയും ലക്ഷ്യമുണ്ടാവുക എന്നതും നിരന്തര പരിശീലനത്തിനുമാണു പ്രാധാന്യം.

അമലിനു സംഭവിച്ചത് ഇഷ്ട വിഷയത്തിന്റെ കാര്യത്തിലേ പാളിത്തുടങ്ങി. മാറിയ സാഹചര്യങ്ങളിൽ പഠനമെന്നതിന് അത്ര പ്രധാന്യം വേണ്ടതുണ്ടോ എന്ന ഒരു ചിന്ത അമലിന്റെ ഉള്ളിൽ കുടിയേറി. പഠിക്കുക എന്നത് അല്പം മുഷിപ്പുള്ള കാര്യമാണ്. അതിനാൽ അത്രയും ബദ്ധപ്പാടില്ലാത്ത പലതിലേക്കും മനസ്സിനെ

അഴിച്ചുവിട്ടു. വിലയേറിയ മൂന്നു വർഷം നഷ്ടമായിക്കഴിഞ്ഞു അവന്. ഇനി മുന്നിലുള്ളത് രണ്ടു വഴിയാണ്. ഒന്നുകിൽ വീണ്ടും ഏതെങ്കിലും ഒരു വിഷയത്തിൽ ബിരുദത്തിന് ചേർന്ന് ആദ്യം മുതൽ ആരംഭിക്കുക. അല്ലെങ്കിൽ ഏതെങ്കിലും താത്പര്യമുള്ള മേഖല കണ്ടെത്തി അതിൽ തൊഴിലധിഷ്ഠിതമായ ഷോർട്ട് ടേം കോഴ്സുകൾ ചെയ്യുകയും, ശരിക്കും ബിരുദം വേണമെന്ന് ആഗ്രഹമുണ്ടെങ്കിൽ വിദൂര വിദ്യാഭ്യാസരീതി പരീക്ഷിക്കുകയും ചെയ്യാം. ഏറ്റവും പ്രധാനം, ഈ ഘട്ടത്തിലെങ്കിലും തനിക്കു പറ്റിയ പിഴവ് തിരിച്ചറിയുകയും അതു തിരുത്താൻ സന്നദ്ധനാവുക എന്നതുമാണ്.

സൗമ്യയുടെ കാര്യത്തിൽ പഠനത്തിലെ താത്പര്യക്കുറവ് ആയിരുന്നില്ല വിഷയം. പഠനത്തെ വളരെ ഗൗരവത്തോടെയാണു സൗമ്യ സമീപിച്ചത്. പക്ഷേ, സംഭവിച്ചതു മറ്റൊരു പിഴവാണ്. ഒരു പ്രണയബന്ധം കടന്നു വരുമ്പോൾ സ്വന്തം ഭാവിയെ തകർക്കുന്ന നിലപാട് എടുക്കാൻ കൂടി പ്രേരിപ്പിച്ച ഒരാളെയാണ് സ്വന്തം ജീവിതത്തിലേക്കു ക്ഷണിച്ചത് എന്നതാണ് ഏറ്റവും അപകടകരമായി മാറിയത്. പ്രണയം പാടില്ല എന്നല്ല. പക്ഷേ, കണ്ണും മൂക്കുമില്ലാത്ത തികച്ചും ബാലിശമായ പ്രണയം അവശേഷിപ്പിക്കുന്നത് കണ്ണീരും ദുരിതപൂർണവുമായ ജീവിതമായിരിക്കും. ഏതു ബന്ധവും കടന്നു വരട്ടെ, പങ്കാളിയുടെ ഉയർച്ചയിൽ അസൂയ പുലർത്തുന്ന ഒരു ബന്ധം എങ്ങനെ നല്ല ബന്ധമാകും? അപ്പോൾ ബന്ധങ്ങളിൽ ജാഗ്രത പുലർത്തുക. പുലരും വരെ വെള്ളം കോരിയ ശേഷം കലമിട്ടുടയ്ക്കുന്ന പോലുള്ള തീരുമാനങ്ങൾ എടുക്കും മുൻപ് നമ്മുടെ ഉയർച്ച ആഗ്രഹിക്കുന്ന ഒരാളുമായെങ്കിലും അതു പങ്കു വയ്ക്കണം. ഉചിതമായ മാറ്റങ്ങൾക്കു സന്നദ്ധരാവണം. സൗമ്യയുടെ മുന്നിൽ ഭാവി പൂർണമായും അടഞ്ഞു പോയിട്ടില്ല. പക്ഷേ, ആഗ്രഹിച്ച ലക്ഷ്യത്തിലേക്കുള്ള യാത്രയിൽ സംഭവിച്ച തടസ്സങ്ങൾ തരണം ചെയ്യൽ അത്ര എളുപ്പമാകില്ല. നിശ്ചയദാർഢ്യം മാത്രമാകും അവിടെ തുണയാവുക.

പഠനം, പരീക്ഷ, അതിലെ വിജയം എന്നിവ ആധുനിക ജീവിത ശൈലിയിൽ, ഇന്നത്തെ സാമൂഹ്യ ജീവിതത്തിൽ, നിർഭാഗ്യവശാൽ ഒഴിവാക്കാനാകുന്ന ഒന്നല്ല. വിജയിക്കുക എന്നതു ജീവിതത്തിന്റെ മുന്നോട്ടുള്ള യാത്രയെ സുഗമമാക്കുന്ന ഘടകമാണ്. നാലു വയസ്സുള്ള കുഞ്ഞ് കളിക്കുന്ന പോലെ ഇരുപതു വയസ്സിൽ

ഓടിക്കളിക്കുവാനോ കുട്ടിസൈക്കിൾ ചവിട്ടി നടക്കുവാനോ ആകില്ലല്ലോ. അതു പോലെ ഓരോ കാര്യങ്ങൾക്കു വേണ്ടിയും ഒരു പ്രത്യേക സമയം പ്രകൃതി തന്നെ അനുവദിച്ചിട്ടുണ്ട്. വിദ്യാർത്ഥി ജീവിതം അപ്രകാരമുള്ള ഒരു കാലഘട്ടമാണ്. പുസ്തകങ്ങളുടെ പഠനം മാത്രമല്ല, സമൂഹത്തിൽ ഇടപെടുവാനും പഠിക്കുന്നത് ഇക്കാലയളവിലാണ്. ഏകാഗ്രത, ഓർമ്മ, അച്ചടക്കം തുടങ്ങിയ ഗുണങ്ങൾ വിദ്യാഭ്യാസ കാലഘട്ടത്തിൽ മാത്രമാവശ്യമുള്ള ഗുണങ്ങളല്ല, കുടുംബജീവിതത്തിലും ഔദ്യോഗിക ജീവിതത്തിലും തുണയാകേണ്ട ഗുണങ്ങളാണവ.

മികച്ച വിജയം അത് ഏതു രംഗത്തുമാകട്ടെ അതിന് അവരെ പ്രാപ്തരാക്കുക എന്നതാണ് ഈ പുസ്തകത്തിന്റെ ലക്ഷ്യം. എല്ലാവരും അവരവരുടെ മേഖലകളിൽ ഉജ്ജ്വല വിജയികളാകുന്ന കാലം.... അതിനായ് പ്രാർത്ഥിക്കുന്നു.

എല്ലാവരും വിജയിക്കട്ടെ

എല്ലാവർക്കും നന്മകൾ ഉണ്ടാവട്ടെ.

○○